சுவர்கத்தின் நுழைவாயில்

(வேண்டுவன யாவும் கிட்டும் –பாகம் I)

Entering the Kingdom

(All These Things Added –Part I)

ஜேம்ஸ் ஆலன்

(தமிழில் சே.அருணாசலம்)

வள்ளியம்மை பதிப்பகம்

mobile/WhatsApp: 91-8939478478

email: arun2010g@gmail.com

சே.அருணாசலம்

நூல் விவரம்

நூல் தலைப்பு : சுவர்கத்தின் நுழைவாயில்

Book Title : Suvargathin Nuzhlaivayil

ஆசிரியர் : ஜேம்ஸ் ஆலன்

தமிழில் : சே.அருணாசலம்

உரிமை@ : வள்ளியம்மை பதிப்பகம்

முதல் பதிப்பு : 2024

பக்கங்கள் : 120

தாள் : 70 ஜிஎஸ்எம்

அச்சகம் : Real Impact Solutions, Chennai- 600 004

வெளியீடு : வள்ளியம்மை பதிப்பகம்

அலைபேசி: 91-8939478478

மின்னஞ்சல்: arun2010g@gmail.com

விலை : ரூ 180/-

ISBN : 978-93-341-4656-1

உள்ளடக்கம்

வாழ்த்துரை 4
முன்னுரை 6
1. ஆன்மாவின் தவிப்பும் தேடலும் 7
2. சுயநல வேட்கை என்னும் தளத்தில் இயங்கி செயல்படும் விதிகளும், அன்பு என்னும் தளத்தில் இயங்கி செயல்படும் விதிகளும் 12
3. அற நெறிகளைக் கண்டு தெளிவது 54
4. அன்பின் ஆட்சி பிரதேசம் - வேண்டுவன யாவும் கிட்டும் 93
அச்சு புத்தக விலை பட்டியல் 118

3

சே.அருணாசலம்

வாழ்த்துரை
திரு. நாகூர் ரூமி

இங்கிலாந்தை சேர்ந்த ஜேம்ஸ் ஆலன் உலகப் புகழ் பெற்ற எழுத்தாளர். முக்கியமாக, தத்துவம், ஆன்மீகம், சுய முன்னேற்றம் ஆகிய துறைகளில் வெகுவாக படிக்கப்படும் ஒருவர். அவரது As a Man Thinketh என்ற நூல் உலகப் புகழ் பெற்றது.

அவரது All These Things Added நூலின் முதல் பாகமான Entering The Kingdom நூலை திரு.அருணாச்சலம் தமிழ்ப்படுத்தி இருக்கிறார். எளிய நீரோட்டம் போன்ற தமிழ் நடை. படிப்பதில் எந்தப் பிரச்சினையும் வாசகனுக்கு கொடுக்காத நடை. மொழிப்பெயர்ப்பு உண்மையில் ஒரு சவாலான விஷயம் தான். அது சொந்தமாக ஒரு நூல் எழுதுவதை விடக் கடினமானது. அதில் வெற்றி பெறுவது சாதாரண விஷயமல்ல. திரு.அருணாச்சலம் வெற்றி பெற்றுள்ளார் என்றே குறிப்பிட வேண்டும்

நமது சந்தோஷத்துக்கும் துக்கத்துக்கும் மனித மனமே காரணமாக உள்ளது என்பதை ஜேம்ஸ் ஆலன் அழகாக சுட்டிக் காட்டியுள்ளார். உள்ளத்தை

சுவர்கத்தின் நுழைவாயில்

தூய்மைப் படுத்திக் கொள்வது என்றால் தன்னைத் தானே பரிசோதித்துக் கொள்வது, தனது எதிர்மறையான எண்ணங்களைப் பற்றி அறிந்துக் கொண்டு அவற்றைக் களைவது என்பதை புரிய வைக்கிறார். சுயநலமே உலகின் மோசமான நிலைக்கு காரணம் என்பதையும் காட்டுகிறார். பஞ்சமும் வறுமையும் கருணையையும் அன்பையும் கொண்டு வருகிறது. ஆனால் அபரிமிதமான செல்வம் சுயநலத்தையும், போட்டியையும், பொறாமையையும். துயரத்தையும் கொண்டு வருகிறது. சொர்கமும் நரகமும் நம் கையில் தான் உள்ளது. உடலுக்கு அன்றாடம் உணவு தேவைப்படுவது போல ஆன்மாவுக்கு ஆற்றல் அன்றாடம் ஆன்மீக பயிற்சியில் ஈடுபடுவது தான் போன்ற அற்புதமான கருத்துக்கள் ஆங்காங்கே கொட்டிக் கிடக்கின்றன.

தொடர்ந்து இது போன்ற தமிழாக்கங்கள் அருணாச்சலம் கொடுக்க வேண்டும் என்று விரும்புகிறேன். வாழ்த்துக்கள்.

நன்றி

அன்புடன்

நாகூர் ரூமி (ஏப்ரல் 2018)

ruminagore@gmail.com

முன்னுரை

இம்மை வாழ்வில் இன்பங்களுக்கான தேடலிலும் மறுமை வாழ்வில் நற்கூலிக்கான தேடலிலும் ஈடுப்பட்டு மனிதர்கள் (தங்கள் இதயங்களில்) நன்மையின் பேராலயத்தை அழித்துள்ளனர். சுவர்கத்தின் ஆட்சி பிரதேசத்திலிருந்து விலகி வந்துள்ளனர். இவ்வுலக வாழ்வின் கொண்டாட்டங்களுக்காகவும் அவ்வுலக வாழ்வின் நற்கூலிக்காகவும் தேடலில் ஈடுப்படுவதை மனிதர்கள் கைவிடும்போது, நன்மையின் பேராலயம் மீட்டமைக்கப்படுகிறது. சுவர்கத்தின் ஆட்சி பிரதேசத்திற்குள் மீண்டும் வருகின்றனர். இதை உணர யார் தயாராக இருக்கிறார்களோ அவர்களுக்காகவே இந்த உண்மை. அந்த உண்மையின் போதனைகளை ஏற்க எவரது ஆன்மா பண்பட்டு தயாராக இருக்கின்றதோ அவர்களுக்காகவே இந்த புத்தகம்.

ஜேம்ஸ் ஆலன்

சுவர்கத்தின் நுழைவாயில்

1. ஆன்மாவின் தவிப்பும் தேடலும்

உலகிடம் நிம்மதியை தேடினேன்,

ஆனால் நிம்மதி அங்கு இல்லை;

நான் நூல்கள் பலவற்றை பயின்றேன்,

ஆனால் உண்மை வெளிப்படவில்லை;

நான் தத்துவங்களை அலசி ஆராய்ந்தேன்,

ஆனால் என் இதயம் அகம்பாவத்தால் வாடியது.

நிம்மதியை எங்கே காண்பது?

உண்மையின் ஒளிவிடம் எது?

என்று நான் அழுது தவித்தேன்,

ஒவ்வொரு மனித ஆன்மாவும் ஏதோ ஒரு தேடலில் ஈடுபட்டு இருக்கின்றது. தேடும் பொருளும் தேடும் முறையும் மனிதருக்கு மனிதர் வேறுபடும். ஆனால் அந்த தேடுதலை ஒரு அளவேனும் உணராத

சே.அருணாசலம்

ஆன்மா என்று ஒன்று கூட கிடையாது. ஒரு அளவு பக்குவபட்ட இதயங்களில், இது ஆன்மீகத் தேடலாக இயல்பாகவே வெளிப்படும். புற உலக வாழ்வின் தேவைகள், எவ்வளவு தான் தேவைக்கும் அதிகமாக இருந்தாலும், அவற்றால், என்னவென்று விளக்க முடியாத இந்த ஆழமான பசியை தீர்க்க முடியாது. இருந்தும் பெரும்பாலானவர்கள், மெய்யறிவு இன்மையாலும் தோற்றங்களினாலும் தவறாக வழிநடத்தப்பட்டு, இந்த ஆன்மீக பசியை, பொருட்களினால் தணிக்க முடியும் என்று நம்புகின்றனர். அவை நிம்மதி வழங்கும் என்று பொருட்களை அடைய பாடுபடுகின்றனர்.

ஒவ்வொரு ஆன்மாவும், உணர்வோடு அல்லது உணராமலேயே, நன்மையை அடைவதற்கான பசியோடு இருக்கின்றது. அந்த பசியை அதற்கே உரிய வழியில் தீர்க்க முயல்கின்றது, அது பரிணமித்து இருக்கும் மெய்யறிவின் நிலைக்கு ஏற்ப. அந்த நன்மையை குறித்த தேடலும் அந்த பசியை தணிப்பதற்கான ஏக்கம், எல்லாம் ஒன்று தான். ஆனால் அந்த நன்மையை அடைவதற்காக தேர்ந்தெடுக்கும் வழிகள் தான் பலவாக இருக்கின்றன.

சுவர்கத்தின் நுழைவாயில்

அந்த நன்மையை முழு உணர்வோடு தேடுபவர்கள் பேரருள் பெற்றவர்கள். நன்மை ஒன்றினால் மட்டுமே அளிக்கப்படக் கூடிய ஆன்ம நிம்மதியை அவர்கள் விரைவிலேயே காண்பார்கள். காரணம் அவர்கள் மெய்யறிவோடு நேர் வழியை அடைந்து விட்டார்கள்.

அந்த நன்மையைக் குறித்த முழு உணர்வில்லாமல் தேடுபவர்கள் பேரருள் பெற்றவர்கள் என்று கூற முடியாது. அவர்கள் ஒரு காலம் வரையிலும் மகிழ்ச்சி கடலில் நீராடினாலும், அதன் பின்பு அவர்கள் பயணம் செய்ய வேண்டிய கடினமான பாதையை தங்களுக்கு தாங்களே செதுக்கி கொள்கிறார்கள். புண்பட்ட பாதங்களோடு இரத்தம் வடிய அந்த துன்பப் பாதையில் நடக்கிறார்கள். அவர்களது பசி அதிகமாகிறது. நன்மையை கொண்டாடுவதற்கான தன் ஏகபோக உரிமை தொலைந்ததை எண்ணி ஆன்மா கண்ணீர் வடிக்கின்றது.

நன்மையை குறித்த உணர்வில்லாமல் - விழிப்பு நிலை, கனவு நிலை, உறக்க நிலை என்னும் மூவுலகில் எங்கு சென்றாலும் ஆன்மாவால் நிலைத்த நிம்மதியை பெற முடியாது. ஆன்மா

சே.அருணாசலம்

உடலோடு இருந்தாலும் சரி அல்லது உடலை இழந்து இருந்தாலும் சரி, அதை துன்பம் தொடர்ந்து வாட்டிக் கொண்டே இருக்கிறது. அது இறுதியில், இனியும் பொறுக்க முடியாது என்ற இறுதிக் கட்டத்தில், தன்னுடைய ஒரே அடைக்கலமான நன்மையிடம் புகலிடம் நாடிச் செல்கிறது. சென்ற உடன், இத்தனை காலமும் எங்கெங்கோ தேடியும் காணக் கிடைக்காத ஆனந்தத்தை, நிறைவை, நிம்மதியை அது காண்கிறது.

எனவே, நன்மைக்கு அழைத்துச் செல்கின்ற அறநெறிகளையே, அழிவற்ற என்றும் நிலையான அறநெறிகளையே, ஆன்மா எப்போதும் தேடிக் கொண்டு இருக்கிறது. அதை தேடிக் கண்டு அடைந்து, இவ்வுலக வாழ்வின் புயல்களுக்கு இடையே, நடுக்கம் கொள்ளாமல் தன்னை உறுதியாக அச்சமின்றி அவ்வறநெறிகளில் தன்னை நிலை நிறுத்திக் கொண்டு அழகான, நிம்மதியான, நிறைவான வாழ்வு என்னும் மாளிகையை கட்டி எழுப்பவே அது விரும்புகின்றது.

நன்மைக்கு அழைத்து செல்கின்ற இந்த அறநெறிகளை உணர்ந்து கொள்வது தான் ஆன்மாவின் நிரந்தர வீடாகிய சுவர்கத்தின் ஆட்சி

சுவர்கத்தின் நுழைவாயில்

பிரதேசம் ஆகும். பேரருள் என்றும் வற்றாமல் சுரக்கின்ற ஊற்றுக் கண்ணாகும். பேரருள் கொட்டிக்கிடக்கின்ற பெட்டகமாகும். அதை கண்டு விட்டால், எல்லாவற்றையும் பெற முடியும். அதை காணவில்லை என்றால் எல்லாமே தொலைந்து போகும். அது மனம் கொண்டிருக்கும் ஒரு மனநிலை. மனதில் ஏற்படும் உணர்வு நிலை. யாரும் பறித்துக் கொள்ள முடியாத மெய்ஞான நிலை. அந்த நிலையில் வாழ்வின் எல்லா போராட்டங்களும் முடிவுக்கு வந்து விடுகின்றன. தான் விரும்பிய எல்லாமும் தன்னை சூழ்ந்திருக்க, ஓய்வாக நிம்மதியாக தயக்கமின்றி அச்சமின்றி ஆன்மாவின் விருப்பங்கள் நிறைவேறுகின்றன. நேர்மை உள்ளத்தோடு நன்மையை நேர்வழியில் தேடுபவர்கள் பேரருள் பெற்ற பேர்கள். அவர்கள் தேடியது அவர்களை அடையாமல் எங்கும் போகாது.

சே.அருணாசலம்

2. சுயநல வேட்கை என்னும் தளத்தில் இயங்கி செயல்படும் விதிகளும்,

அன்பு என்னும் தளத்தில் இயங்கி செயல்படும் விதிகளும்

மனத்துக்கண் மாசிலன் ஆகும் போது

வாழ்வின் புதிருக்கு ஆன விடையை நான் காண்பேன்.

காழ்ப்புணர்வு, இழிவான இச்சைகள், சுயநல வேட்கை ஆகியவைகளை

நான் துறக்கும் போது

உண்மையின் உள் நான் இருப்பேன், உண்மை என்னுள் இருக்கும்

நான் பாதுகாப்பானவனாக, நிம்மதியானவனாக, சுதந்திரமானவனாக இருப்பேன் என்று நிச்சயம் நான் அறிவேன்

மனத்துக்கண் மாசிலன் ஆகும் போது.

சுவர்கத்தின் நுழைவாயில்

இயற்கை மிக கொடிய விதிகளை விதித்துள்ளது என்று கூறுபவர்கள் இருக்கிறார்கள். இல்லை, அன்பான விதிகளையே அமைத்துள்ளதாக கூறுபவர்களும் இருக்கிறார்கள். இயற்கையில் நிகழும் கொடிய போராட்ட குணங்களில் மட்டுமே முழ்கியதன் விளைவாக முதல் கூற்று எழுந்துள்ளது. அடுத்த கூற்று, அதன் அன்பான பாதுகாத்து அரவணைக்கும் தன்மையினை மட்டுமே நோக்கியதால் எழுந்துள்ளது. ஆனால் உண்மையில், இயற்கை விதிகள் கொடியனவும் அல்ல, அன்பானவையும் அல்ல, அவை முழுதும் நியாயமானவை. அழிக்க முடியாத நீதி, நியாயத்தின் வெளிப்பாடாகவே அவை இருக்கின்றன.

கொடிய குணங்களையும் அதைத் தொடரும் துன்பங்களையும் இயற்கையின் வழி நெடுக எங்கும் காணலாம். ஆனால், இவை வாழ்வின் ஜீவ நாடி அல்ல. இவை வாழ்வின் சாரம்சம் அல்ல. மென்மேலும் பக்குவம் அடையும் முயற்சியில் கடந்து செல்ல வேண்டிய ஓர் நிலை. துன்பமாக பூத்து காய்த்து கனிந்து இறுதியில் மெய்யறிவு ஆகின்றது. குழப்பம், அறியாமை என்னும் இருண்ட இரவு விடிந்து மகிழ்ச்சி, நிம்மதி என்னும் ஒளி வீசும் காலை பொழுது புலர்கின்றது.

கவனமாக பார்த்து நடந்து கொள்ளத் தெரியாத சிறு குழந்தை, பார்த்துக் கொள்ள யாருமில்லாத நேரத்தில் நெருப்பில் சிக்கி உயிரிழந்தால் நாம் யாரும் நெருப்பின் சுட்டு எரிக்கும் தன்மையைப் பழி கூற மாட்டோம். அந்த குழந்தையின் அறியாமையை, அந்த குழந்தையைச் சரியாக கவனிக்க தவறிய அதன் பொறுப்பாளர்களைத் தான் குற்றம் சொல்வோம். இதை போலவே, வெறிஉணர்வுகள் என்னும் கண்களுக்கு புலப்படாத நெருப்பு மனிதர்களையும் உயிர்களையும் தினமும் வாட்டி வதைக்கின்றது. அதன் மாயத் தீயின் கொடிய நாவிற்கு மனிதர்கள் தங்கள் அறியாமையாலும் புரிந்து கொள்ளும் திறன் இன்மையாலும் இரையாகிக் கொண்டு இருக்கிறாரகள். தற்பொழுது மக்கள் அதை கட்டுப்படுத்தி ஆளத் தெரியாமல் முட்டாள்தனமாக அதை பயன்படுத்தி தங்களை மாய்த்துக் கொள்கிறார்கள். ஆனால் இறுதியில் அவ்வுணர்வுகளைத் கட்டுப்படுத்தி ஆளும் திறனை கற்று உணர்ந்து தங்கள் பாதுகாப்பிற்கு அதை பயன்படுத்துவார்கள்.

தன் உள் உறையும் ஆன்ம சக்தியைப் புரிந்து கொண்டு, கட்டுப்படுத்தி ஒருமை நிலையில்

சுவர்கத்தின் நுழைவாயில்

இசைந்து வாழ வேண்டும் என்பதே படைக்கப்பட்ட ஒவ்வொரு உயிருக்கும் விதிக்கப்பட்டுள்ள இறுதி விதி. சில ஆண்களும் பெண்களும், முற்காலங்களில், போற்றத்தக்க இந்த உயர்நிலையை எட்டியுள்ளனர். தற்காலத்திலும் சிலர் இந்நிலையை அடைந்துள்ளனர். இந்நிலையை எட்டும் வரை, வாழ்வின் மகிழ்ச்சிக்கு தேவையானவைகளை, நிம்மதியாக இளைபாறுதலோடு, வலிகளும் வேதனைகளுமின்றி, முழுசுதந்திரமாக பெற்றுக் கொள்ள முடியும் என்னும் நிலையை அடையவே முடியாது.

தற்பொழுதைய காலக்கட்டத்தில், நாகரீகம் மிக பண்பட்டு இருக்கும் எல்லா நாடுகளிலும், வாழ்வு என்னும் கயிறு அதன் உச்ச கட்ட பாரத்தை தாங்கியவாறு மிக அதிக இறுக்கத்தில் காணப்படுகின்றது. நிலையற்ற இந்த வாழ்வின் ஆடம்பர வசதிகளையும் தற்பெருமை எண்ணங்களையும் நிறைவேற்றிக் கொள்ள மக்கள் ஒருவரோடு ஒருவர், ஒவ்வொரு துறையிலும், இதற்கு மேல் முடியாது என்னும் அளவிற்கு போட்டியிடுகின்றனர். அப்படிப்பட்ட இந்த காலக்கட்டத்தில் தான் மெய்யறிவின் மிக உயர்ந்த சிகரங்களும் எட்டப்படும். மிக பெரும் ஆன்மீக

சே.அருணாசலம்

சாதனைகளும் நிகழும். ஆன்மா மிக அதிகமாக சோதனைக்கு உள்ளாகும் போது அதன் தேடல் அதிகமாகின்றது. அதன் தேடல் அதிகமாகின்ற போது அதன் முயற்சியும் அதிகமாகும். இச்சைகளின் தூண்டுதல்கள் மிக வலிமையாக இருக்கும் போது, அவற்றை வென்று பெறும் வெற்றி சிறப்பு வாய்ந்தது ஆக நிலையானதாக இருக்கும்.

மனிதர்கள் தங்கள் சுயநலத்திற்காக சகமனிதர்களோடு போராடுவதிலும், போட்டியிடுவதிலும் அவர்களை முந்திச் செல்ல முனைப்பாக ஈடுபடுவதிலும் ஆர்வம் கொண்டுள்ளனர். அது எது வரை என்றால் தங்களுக்கு அதனால் ஆதாயமும் மகிழ்ச்சியும் கிடைக்கும் என்ற நம்பிக்கை இருந்தால் மட்டுமே. ஆனால் அது கிடைக்காத போது, அவர்களது பட்டறையில் அவர்களே வார்த்து உருவாக்கி தீட்டியே கூர் அம்புகள் அவர்களது இதயத்தை பதம் பார்க்கும் போது தான், அது வரையிலும் தேடாமல் இருந்த நல் வழியை, அவர்கள் அதன் பின் தேட ஆரம்பிப்பார்கள்.

"வருத்தப்படுபவர்கள் பேரருள் பெற்றவர்கள்" என்பதன் பொருள்—சுயநல தேடுதல் வேட்கையின்

சுவர்கத்தின் நுழைவாயில்

முடிவை அவ்வாறு வருத்தப்படுபவர்கள் எட்டி விட்டார்கள். வலியையும் வேதனையையும் அடையவே அந்தப் பாதை அழைத்து செல்கின்றது என்று உணர்ந்துவிட்டார்கள். அவர்களுக்கு தான், அவர்களுக்கு மட்டுமே, நிம்மதிக்கு அழைத்துச் செல்லும் பாதையின் வாயிற்கதவுகள் திறக்கும்.

நிம்மதிக்கு அழைத்துச் செல்லும் இந்த பாதையை உணர்ந்து கொள்ள முடியாமல் தடுக்கும் திரைகள் எவை எல்லாம் என்று அறிந்து அவற்றின் இயல்பை முழுதாக புரிந்து கொள்ள வேண்டும். குறிப்பாக, இயற்கையான போட்டி மனப்பான்மை, சுயநல வேட்கை தளத்தில் இயங்கியவாறு மனித வாழ்வை ஆட்டி வைத்து செயல்படும் விதிகள், பரவலாக காணப்படும் கொந்தளிப்பான சூழ்நிலை, இவற்றை எல்லாம் தொடரும் பாதுகாப்பின்மை, அச்சம் போன்றவைகளை எல்லாம் புரிந்துக் கொள்ளாமல், எது உண்மையான வாழ்வு எது பொய்யான வாழ்வு என்று உணர்ந்து கொள்ள முடியாது. எந்த ஆன்மீக முன்னேற்றமும் ஏற்படாது.

பொய்யை வெளிப்படுத்தி அதன் இலட்சனங்களை தெரிந்துக் கொள்ள வேண்டும். அதன் பின்பே உண்மையை உணர்ந்து கொண்டு அனுபவிக்க

சே.அருணாசலம்

முடியும். உண்மையை-, உண்மை தான் என்று ஒருவன் உணர்ந்து கொள்வதற்கு, அவ்வாறு உணர்ந்து கொள்வதை தடுக்கும் மாயைகள் சிதறடிக்கப் பட வேண்டும். ஒரு எல்லைக்கு உட்பட்ட இவ்வுலக வாழ்வின் அனுபவங்களையும், நீர்க்குமிழி போன்று தோன்றி மறையும் அதன் இயல்பையும் உணர்ந்த பின்பே எல்லையில்லாத பேருண்மை விரிந்து வெளிப்படும்.

உண்மையை உணர உள்ள இந்த தேடுதலில் ஈடுபட்டிருக்கும் அல்லது ஈடுபட விரும்பும் வேட்கையும் எண்ணமும் கொண்டவர்களே, நீங்கள் கொண்டிருக்கும் இந்த எண்ணத்திலிருந்து எழுகின்ற ஒழுக்கங்களும் செயல்களும் பண்புகளுமே வாழ்வின் குழப்பங்களைத் தெளிவாக்கும். வாழ்வின் புதிருக்கு விடையளிக்கும். ஏற்ற தாழ்வுகளைச் சீராக்கும். இந்த நூலை படித்து கொண்டிருப்பவர்களே, வாருங்கள், அடி மேல் அடி வைத்து சுவர்கத்திற்கு அழைத்து செல்லும் இந்தப் பாதையில் பயணம் செய்வோம். முதலில் நரகத்திற்கான இறக்கப் பாதையில் (சுயநல தேடுதலில் ஈடுபட்டுள்ள, சுயநலத்திற்காக பாடுபடும் உலகம்) பயணிப்போம். அந்தப் பாதையை நன்றாக புரிந்துக் கொண்டால், அதன் பின் சுவர்கத்திற்கான (அன்பும் நிம்மதியும்

உள்ள உலகம்) முன்னேற்றப் பாதை எது என்று உணர்ந்துக் கொண்டு பயணிக்க முடியும்.

கடுமையான பனி பொழியும் குளிர்காலங்களில், பறவைகளுக்கு உணவிடுவது என் வீட்டில் கடைபிடிக்கப்படும் ஒரு வழக்கம். அப்பொழுது கவனித்த ஒரு விஷயம், அவை உணவின்றி வாடும் நேரங்களில் ஒத்துமையாக சண்டை சச்சரவின்றி வாழும். ஒன்றை ஒன்று அரவனைத்து உடல் சூட்டை இதமாக பரப்பி வாழும். சிறிது அளவு உணவே வழங்கப்பட்டாலும் எல்லாவற்றுக்கும் உணவு கிடைக்க வேண்டும் என்று பகிர்ந்து உண்ணும். ஆனால் எல்லாவற்றுக்கும் போதுமான அளவையும் மிஞ்சி உணவிடப்பட்டுவிட்டால், அந்த அதிகப்படியான உணவினால் அவற்றுக்குள் உடனே சன்டை மூளும்.

என்றாவது ஒரு நாள், முழுமையான ஒரு பெரிய பிரட் துண்டை நாங்கள் போட்டு விட நேரும். மற்ற எத்தனையோ நாட்களில் அவைகளுக்கு கிடைத்த உணவை விட அன்று அதிகம் கிடைத்து இருந்தாலும், அந்தப் பறவைகளுக்குள் வெறியும் மூர்கத்தனமும் தொடங்கி சண்டையாக நீண்டு கொண்டே இருக்கும். சில பறவைகள் முடிந்த

வரை தின்ற பின்பும் இடத்தை விட்டு செல்ல மனமில்லாமல், அந்த பிரட்டை காலடியில் வைத்துக் கொண்டு அல்லது சுற்றி வட்டமிட்டுக் கொண்டு, முதல் முறையாக உண்ண வரும் பறவைகளைக் கொத்தி விரட்டியவாறே இருக்கும். அந்தச் சில பறவைகளின் எண்ணமும் செயலும் மற்ற பறவைகளுக்கு உணவு கிடைப்பதைத் தடுப்பதாகவே இருக்கும். அவை மற்ற பறவைகளைச் சண்டையிட்டுக் கொத்தி விரட்டினாலும் அவைகளிடம் ஏதோ ஒரு அச்சமும் பயமும் இருந்து கொண்டே இருப்பதைக் காண முடியும். ஒரு வாய் உணவை எடுத்துக் கொண்ட பின், உணவையோ உயிரையோ இழக்கப் போகிறோம் என்பதை போன்ற பயத்தோடு அவை சுற்றி முற்றி நடுக்கத்தோடு பார்த்தவாறு இருக்கும்.

இந்தச் சாதரண நிகழ்ச்சி, ஒரு கொடூரமான, ஆனால் அப்பட்டமான, ஓர் உண்மையைச் சித்தரிக்கின்றது. சுயநல வேட்கை தளத்தில் நிகழும் மனித வாழ்வை, அந்த தளத்தில் இயங்கும் விதிகளின் இயல்பையும், எந்த அடிப்படையில் இவ்விதிகள் செயல்படுகின்றன என்பதை எல்லாம் இந்த நிகழ்ச்சி கண் முன் நிறுத்துகிறது. பற்றாகுறை என்பது போட்டியை ஏற்படுத்தவில்லை, தேவைக்கும் அதிகமாக இருப்பதே போட்டியை ஏற்படுத்துகின்றது. ஒரு நாடு செல்வச்

சுவர்கத்தின் நுழைவாயில்

செழிப்பாகவும் ஆடம்பரமாகவும் மாறும் போது, வாழ்வின் வசதிகளையும் ஆடம்பரங்களையும் கைபற்றுவதற்கு வெறியும் மூர்கமும் ஆன போட்டிகள் அங்கே நடைப்பெறும்.

ஒரு நாடு பஞ்சத்தில் அடி படும் போது, அதற்கு முன் வரை, சுயநல வேட்கை தலை விரித்தாடிய இடங்களில் எல்லாம் கருணையும் இரக்கமும் அதற்கு பதிலாக வீற்றிருக்கும். ஒன்றை கொடுப்பதிலும் பெறுவதிலும் உள்ள பேரருளில், சுவர்க வாழ்வின் ஆனந்தம் என்றால் என்ன என்று அதன் ஒரு துளியை பருகிய மக்கள் உணர்வார்கள். மெய்யறிவு பெற்றவர்கள் கண்டு அடைந்துள்ள சுவர்க வாழ்வை, அனைவரும் இறுதியில் அடைவார்கள்.

தேவைக்கும் அதிகமாக கொட்டிக் கிடப்பதே, போட்டியை உருவாக்குகின்றது, பற்றா குறை அல்ல என்ற நிதர்சன உண்மையை நினைவில் கொண்டேவாறே இந்த நூலை தொடர்ந்து படிக்க வேண்டும். அது, இந்த நூலில் இடம் பெற்றுள்ள கருத்துகளின் மீது மட்டும் ஒளியை பாய்ச்சவில்லை, ஆனால் சமுக வாழ்வின் எல்லா பிரச்சினைகளின் மீதும், மனித ஒழுக்கத்தின் மீதும் ஒளியை

பாய்ச்சுகின்றது. மேலும் அதை ஆழமாக சிந்தித்து மனதில் அசை போட்டால், அது கற்றுத் தரும் பாடங்களைத் தனி மனித ஒழுக்கத்தில் செயல் படுத்தினால், சுவர்கத்திற்கான வழி எது என்று தெளிவாகும்.

இந்த நிதர்சனத்தின் காரணத்தை இப்பொழுது ஆராய்ந்து பார்ப்போம். அவ்வாறு ஆராய்ந்து அந்த காரணங்களோடு தொடர்பு கொண்டிருக்கும் தீமைகளைக் களைந்து எறியலாம்.

(இயற்கை செயல்பாடுகளில் நடப்பது போல) சமுக அளவிலும் சரி, நாடு தழுவிய அளவிலும் சரி, நடக்கும் ஒவ்வொரு நிகழ்வும் ஒரு விளைவே, இந்த விளைவுகள் எல்லாம் ஒரு காரணத்திற்குள் அடைபட்டு இருந்தவையே. காரணம்-விளைவு ஆகியவை எந்த தொடர்பும் இல்லாமல் இருக்க முடியாது. விளைவின் உயிர், விளைவின் ஆன்மா, காரணத்திற்குள் அடங்கி இருக்கின்றனது. பூவுக்குள் விதை இருக்கின்றது. விதைக்குள் பூ இருக்கின்றது. இரண்டிற்குமான உறவு என்பது நெருக்கமான ஒன்றுக்குள் ஒன்று என கலந்த பிரிக்க முடியாத உறவு. விளைவின் வளர்ச்சிக்கு உந்து சக்தியாக இருப்பது காரணத்திற்குள் ஒளிந்து இருக்கும்

உயிராற்றலே. விளைவிற்குள் புதைந்து இருக்கும் எந்த ஆற்றலினாலும் அல்ல.

உலகிடமிருந்து விலக்கிக் கொண்டு அதை உற்றுப் நோக்கினால், நாம் காண்பது ஓர் போர்க்களமே. யார் உயர்ந்தவர், யார் உலகின் செல்வங்களையும் வளங்களையும் அதிகம் பெறுவது என்று தனிமனிதர்களும், சமூகங்களும், நாடுகளும் ஒருவரோடு ஒருவர்/ஒன்றொடு ஒன்று தொடர்ந்து மோதிக் கொண்டும் போராடிக் கொண்டும் போட்டியிட்டுக் கொண்டும் இருக்கிறார்கள்/இருக்கின்றன.

அந்தக் போர்களத்தில் எளியவர்கள் தோல்வியுறுவதை காண்கிறோம். வலியவர்கள், அவர்கள் யார் என்றால், தொடர்ந்து போரிடுவதற்கு வேண்டிய படைகலன்களைப் பெற்று இருப்பதோடு சளைக்காத மனதையும் பெற்று இருப்பவர்கள்- வெற்றி பெற்று உலகின் செல்வத்தை ஆள்வதைக் காண்கிறோம். இந்தப் போராட்டத்தோடு பிரிக்க முடியாத தொடர்புடைய துன்பத்தையும் காண்கிறோம். ஆண்களும் பெண்களும் தங்கள் பொறுப்புகளின் பாரத்தை தாங்க முடியாமல் கீழ் விழுவதை காண்கிறோம். முயற்சியில் தோற்று

சே.அருணாசலம்

எல்லாவற்றையும் இழப்பதைக் காண்கிறோம். குடும்பங்களும் சமூகங்களும் உடைவதை, நாடுகள் அடிமையாக்கப்பட்டுப் பணிய வைக்கப்படுவதைக் காண்கிறோம்.

சொல்ல முடியாத துயரங்களைத் துக்கங்களைச் சொல்லும் கண்ணீர் கடல்களைக் காண்கிறோம். வலி மிகுந்த பிரிவுகளை, இளம்வயது இறப்புகளை, இயற்கை அல்லாத சாவுகளை காண்கிறோம். இந்த வாழ்வானது, அதன் வெளிப்புற மேல் தோற்றத்தை நீக்கிவிட்டு பார்த்தால், பெருமளவு துக்கம் தான் என்று நாம் அறிகிறோம். நாம் ஆராய்ந்து கொண்டிருக்கும் பின்னணியில் மனித வாழ்வை சுருக்கமாக சித்தரிக்க முனைந்தால் இப்படி தான் சித்தரிக்க முடியும். நாம் காணும் விளைவுகள் இப்படி தான் இருக்கின்றன. இந்த விளைவுகளுக்கு எல்லாம் ஒரு மூல காரணம் இருக்கிறது. அந்த மூல காரணத்தின் இருப்பிடம், வேறு எங்கும் அல்ல, மனித இதயம் தான்.

பல்வேறு தாவர இனங்கள் ஒரே நிலத்திலிருந்து முளைத்து எழுந்து தமக்குரிய ஆதாரத்தை தேடிக் கொள்வது போல, அதே நிலத்தில் வேர் விட்டு உயிர்வாழ்வது போல, மனித வாழ்வின் பல்வேறு

சுவர்கத்தின் நுழைவாயில்

கூறுகளும் ஒரே நிலத்தில் தான் வேர் விட்டு இருக்கின்றன, ஒரே நிலத்திலிருந்து தான் தமக்குரிய ஆதாரத்தை தேடிக் கொள்கின்றன. மனித இதயம் தான் அந்த நிலம். மனித வாழ்வின் அனைத்து துன்பத்துக்கும் மகிழ்ச்சிக்கும் காரணம் அந்த வாழ்வின் புற உலக நடவடிக்கைகள் அல்ல, ஆனால், அக உலக நடவடிக்கைகள் ஆன இதயத்தின், மனதின் அசைவுகளே. புற உலகை சார்ந்த ஒவ்வொன்றும் தம் இருப்பை இதய அசைவான மனித செயல்பாடுகளிலிருந்தே நிலைப்பெற்றுக் கொள்கின்றன.

மனிதனுக்குள் ஒழுங்குப்படுத்தப்பட்ட வாழ்வியல் முறைகள் குடிகொண்டு இருக்கின்றன. அந்த ஒழுங்கு முறைகள் அவனுள் உறையும் ஆற்றல்கள் வெளிப்பட ஒரு பாதையை அமைத்துத் தருகின்றன. அந்தப் பாதையில் செல்வதன் வாயிலாக அவனது முழு ஆற்றலும் வெளிப்பட அவனுக்கு வாய்ப்புக் கிடைக்கின்றது. அவன் ஆழமான அனுபவத்தை பெறுகிறான். இந்த அனுபவத்தின் விளைவாக நமக்கு கிடைத்தவையே இப்போதிருக்கும் மத அமைப்புகளும், சமுக அமைப்புகளும் அரசியல் அமைப்புகளும்.

மனிதனின் புற உலக வாழ்வில் அரங்கேறும் நிகழச்சிகள் எல்லாம் விளைவுகளே. அந்த விளைவுகளுக்கு இன்னொரு விளைவை தோற்றுவிக்கும் ஆற்றல் இருந்தாலும், அவை வெறும் விளைவுகளே. அவற்றிற்கு உயிரூட்டி ஆற்றல் வழங்குவது நிலையான ஆழமான மூல காரணமே.

மனிதனது ஒரு தொன்று தொட்ட வழக்கம், விளைவுகளைப் பின் தொடர்ந்து அலைவதும் அவ்விளைவுகள் தோற்றுவிக்கும் மாயைகளை உண்மை என்று நம்புவதும், அந்த விளைவுகளை மாற்றி அமைத்தால், விளைவுகளைச் சரி செய்தால், மனித வாழ்வின் பிரச்சினைகளுக்கு விடை கண்டு விடலாம் என்று முயற்சி செய்வதும் ஆகும். ஆனால் அதற்கு பதில் அவன் செய்ய வேண்டியது, விளைவுகள் எந்த மூலகாரணத்திலிருந்து முளைத்து எழுந்துள்ளதோ அந்த மூலகாரணத்தை சரி செய்ய வேண்டியதே ஆகும். அந்த அடிப்படையிலயே ஒருவன் மனித வாழ்வின் பிரச்சினைகளுக்கு அமைதியான தீர்வை காண முடியும்.

உலகில் காணப்படும் எல்லா வகை பிரச்சினைகளும், அவை போர் ஆகவோ, சமூக சச்சரவாகவோ, அரசியல் மோதலாகவோ,வேறு

சுவர்கத்தின் நுழைவாயில்

பிரிவின் மீது கொண்ட காழ்புணர்ச்சியாகவோ, தனிப்பட்ட கருத்து வேறுபாடுகள், சண்டைகள், வணிக போட்டி அல்லது தொழில் போட்டி என எல்லாமே ஒரு பொதுவான மூலகாரணத்திலிருந்து பிறக்கின்றன. ஒவ்வொரு தனிமனிதனுடைய சுயநலமே அந்த மூலகாரணமாகும். சுயநலம் என்று இங்கு பயன்படுத்தப்படும் வார்த்தையை பலவற்றையும் உள்ளடக்கியதாக பொருள் கொள்ள வேண்டும். தான் என்ற அகந்தையை, ஆணவத்தை எப்பாடுபட்டாவது, என்ன விலை கொடுத்தாவது காப்பாற்றிக் கொள்ள முயற்சி செய்வதையும் உள்ளடக்கி உள்ளது.

இந்த சுயநலம் தான் போட்டி, பொறாமைகளின், அவற்றை ஆட்டுவிக்கும் விதிகளின், உயிரும் ஆன்மாவும் ஆகும். அந்த சுயநலம் இல்லை என்றால் இவைகளுக்கும் இடமில்லை. இந்த சுயநலத்திற்குத் தனது இதயத்தில் இடமளித்துள்ள ஒவ்வொரு தனி மனிதனது வாழ்விலும் அந்தச் சுயநலம் இயங்கும் தளத்தில் செயல்படும் விதிகள் பொருந்தும். அவன் அந்த விதிகளுக்கு கட்டுப்பட்டவன் ஆவான்.

உலகின் சீர்கேடுகளை நீக்குவதற்கு எண்ணில் அடங்கா அளவு பொருளாதார சீர்திருத்தங்கள் முயன்று தோல்வி அடைந்துள்ளன. அவை தோல்வி அடைவதைத் தவிர்க்க முடியாது. அந்த சீர்க் கேடுகளுக்கு புற உலக அமைப்புகளின் நிர்வாக செயல்பாடுகள் மட்டுமே காரணம் என்னும் மாயையில் தோன்றியவை அந்தச் சீர்திருத்தங்கள். கண்ணிற்கு தெரியும் இந்தச் சீர்க்கேடுகள், உள்ளத்தில் மறைந்து இருக்கும் தீங்கு வெளிவருவதற்கு உதவும் வடிகால்களே மட்டுமே. இந்த வடிகால்களை அழிப்பதால் எந்தப் பயனும் இல்லை. உள் இருக்கும் தீங்கு, வெளிவருவதற்கு புது, புது வழிகளை உடனடியாக அடுத்து அடுத்து கண்டுபிடித்துக் கொண்டே இருக்கும்.

சுயநலமானது, இதயத்தில் நடப்பட்டு வேரூண்றி பாதுகாப்பாக வளர்ந்து கொண்டிருக்கும் வரை, துயரங்கள் முடிவுக்கு வராது. சுயநல வேட்கையைக் கட்டுப்படுத்தித் தண்டிப்பதற்கு செயல்படும் விதிகள் செயல்பட்டுக் கொண்டே இருக்கும். இந்த உள் உறையும் சுயநலம் அடையாளம் காணபடாதவரை, சீர்த்திருத்தங்கள் தோல்வியில் தான் முடியும். அவை அடையாளம் காணப்பட்டு அதை நீக்குவதற்கான வழிகளை உருவாக்கும் போது, அந்த சீர்த்திருத்தங்கள் வெற்றி பெறும்.

சுவர்கத்தின் நுழைவாயில்

துறை தோறும் காணப்படும் வலியும் வஞ்சகமும் நிறைந்த போட்டி பொறாமைகளுக்கு வித்திடுவது சுயநலமே. மனதில் இருக்கும் சுயநலத்தை அடித்தளமாகப் பயன்படுத்தியே சுயநல வேட்கையை ஊட்டி வளர்க்கும் அமைப்புக்கள் உருவாகின்றன. சுயநல தளத்தில் இயங்கும் விதிகளை வடித்து அவற்றை செயல் பட வைப்பதும் சுயநலமே. பூமி எங்கும் பரவி வேர் விட்டு கிளைபரப்பி இலைகள் செழுமையாக வளர்ந்து இருக்கும் ஒரு மரம் என இத்தகைய அமைப்புகளை உருவகப்படுத்தினால் -ஒவ்வொரு தனிமனிதனுக்குள்ளும் இருக்கும் சுயநலமே அந்த மரத்தின் வேர் ஆகும். ஒரு சாராருக்கும் இன்னொரு சாராருக்கும், ஒரு மனிதனோடு இன்னொரு மனிதனுக்கு, இடையே நிகழும் கேடு நிறைந்த போட்டிகளே அந்த மரத்தின் கிளைகளும் இலைகளும் ஆகும். துன்பமும் துக்கமுமே அந்த மரத்தின் கனிகள் ஆகும்.

கிளைகளை மட்டுமே வெட்டுவதால் இந்த மரத்தை அழித்து விட முடியாது. அதன் வேரையே முற்றிலுமாக அழிக்க வேண்டும். புற சூழ்நிலைகளில் மாற்றங்களைத் திணிப்பதோ மேலோட்டமான சீர்திருத்தங்களை

அறிமுகப்படுத்துவதோ கிளைகளை மட்டுமே வெட்டுவதற்கு ஒப்பாகும். சில கிளைகளை வெட்டுவதால், மரத்தின் மற்ற கிளைகளும் அடி மரமும் இன்னும் வீரியமாக வேகத்தோடு வளர ஆரம்பித்து விடும். புற சூழ்நிலைகளை மட்டுமே கருத்தில் கொண்டு செயல்படுத்தப்படும் சீர்த்திருத்தங்கள் இது போலத் தான். சுயநல வேட்கை தணிவதற்கு பதில் அதிகமாகி விடும். காரணம் சுயநல வேட்கை என்னும் மரத்தின் வேர் இதயத்தில் ஆழமாக வேரூண்றி செழித்து வளர்கின்றது. இந்த மரம் ஓரே அடியாக வளர்ந்து கிளைபரப்பி விடாமல் அவ்வப்போது அதன் கிளைகளை முறிப்பது மட்டுமே அரசாங்க சட்ட திட்டங்களால் மிக அதிகபடியாக செய்யக்கூடியது ஆகும்.

சோலை வனங்கள் சூழ்ந்திருக்கும் எழில் மிகு பூங்கா நகரங்களை ஏடன் தோட்டமோ என்று வியக்கும் அளவிற்கு உருவாக்க வேண்டும் என்று பெருமுயற்சிகள் இப்போது மேற்கொள்ளப்படுகின்றன. அந்நகரின் குடியிருப்புவாசிகள் எல்லாவித வசதிகளோடும் தேவையான ஓய்வோடும் வாழ கட்டமைப்புகள் உருவாக்கப்படுகின்றன. சுயநலம் கலக்காத அன்புடன் மேற்கொள்ளப்படும் இத்தகைய முயற்சிகள் எல்லாம் பாராட்டுக்கு உரிய மிக

சுவர்கத்தின் நுழைவாயில்

அழகான முயற்சிகள். ஆனால் அப்படி ஒரு நகரம் இருக்க முடியாது. ஒரு வேளை இருந்தாலும் ஏடன் தோட்டத்தை நினைவு படுத்தும் அளவிற்கு நீண்ட நாள் அது நீடித்து கொண்டு இருக்க முடியாது. அந்நகரின் குடியிருப்புவாசிகளில் பெரும்பாலானவர்கள் தங்கள் உள் உறையும் சுயநலத்தை கட்டுப்படுத்தி வென்றவர்களாக இருந்தால் மட்டுமே அது அவ்வாறு நீடிக்க முடியும்.

சுயநலத்தின் ஒரே ஒரு கூறான, தன் முனைப்பு அல்லது தன்னை முன்னிலை படுத்திக்கொள்ளத் துடிக்கும் பேராவல், என்பது மட்டுமே அதன் குடியிருப்புவாசிகளால் மேற்கொள்ளப்பட்டால் கூட போதும், அது பூங்கா நகரின் எழிலை முற்றிலுமாக உருக்குலைத்து விடும். அதன் சோலைவனங்கள் மண்ணோடு மண்ணாகி விடும், அதன் அழகிய மாளிகைகள் வணிக அங்காடிகளாக, இழிநிலை ஆசைகளுக்கு தீனி போடும் கேளிக்கை அரங்கங்களாக மாற்றப்படும். வேறு சில கட்டிடங்கள் சட்டம் ஒழுங்கு சீர் குலையாமல் காக்கும் அமைப்புகளாகும். சிறைச்சாலைகளும், ஆதரவு அற்றோர்க்கு அடைக்கலம் அளிக்கும் புகலிடங்களும், இல்லங்களும் உருவாகும். காரணம், எங்கே தன் முனைப்பு இருந்தாலும், அது தன் ஆசைகளை ஈடேற்றிக் கொள்ள

சே.அருணாசலம்

கண்மூடித்தனமாக செயல்படும். அதனால் பிறருக்கோ சமூகத்துக்கோ நேரும் பாதிப்புகளை கவனத்தில் கொள்ளாது. அந்த செயல்களினால் விளைந்த கனிகளை அது விரைவில் அறுவடை செய்யும்.

வசதிகள் நிறைந்த வீடுகளை கட்டுவதாலும் அழகிய தோட்டங்களை நடுவதாலுமே ஒரு நகரை எழில் கொஞ்சும் பூங்கா நகரம் என்று அழைத்து விட முடியாது. அங்கு குடியிருப்பவர்கள், சுயநலத்தைத் துறப்பது தான் சுயநலத்தை பேணி பாதுகாப்பதை விட சிறந்தது என்று உணர வேண்டும். தங்கள் இதயங்களில் முதலில் சுயநலம் அற்ற அன்பு தவழ்கின்ற பூங்கா நகரை உருவாக்க வேண்டும். மெச்சத் தகுந்த அளவு ஆண்களும் பெண்களும் இதை செய்யும் போது பூங்கா நகரங்கள் தோன்றி, வளம் கொழித்து நிலைத்து நிற்கும். அங்கே பெரு நிம்மதி இருக்கும். காரணம், "உள்ளத்திலிருந்தே வாழ்வு புறப்படுகின்றது".

சுயநல வேட்கையே, பொறாமை மிகுந்த போட்டிகளுக்கும் போராட்டங்களுக்கும் மூலக்காரணம் என்று கண்டு தெளிந்த பின் எழக்கூடிய அடுத்த கேள்வி, இந்த மூலகாரணத்தை எப்படி துடைத்து எறிவது என்பதே. மூலகாரணம்

நீங்கி விட்டால் அதிலிருந்து தோன்றக் கூடிய விளைவுகள் நின்று விடும். மூலகாரணம் செயல்பட்டுக் கொண்டிருக்கும் வரை விளைவுகளை எவ்வளவு தான் கட்டுப்படுத்தி தடுக்க முயன்றாலும் அது ஏதோ ஒரு வகையில் தொடர்ந்துக் கொண்டே இருக்கும்.

வாழ்வின் பிரச்சினைகளையும் சிக்கல்களையும் குறித்து ஆழமாக சிந்தித்து, மனித இனம் அனுபவிக்கின்ற துன்பங்களுக்காக இரக்கப்பட்டு மனம் இரங்கும் எந்த மனிதனும், சுயநலமே துக்கத்தின் ஆணிவேர் என்று கண்டு தெளிந்துள்ளான். மனம் ஆழமாக சிந்திக்கத் தொடங்கியவுடன் அது உணர்ந்து பதிய வைத்துக் கொள்கின்ற உண்மைகளுள் இது தான் முதன்மையானதாக இருக்கும். இதை உணரந்த உடன், இந்தச் சுயநலத்திலிருந்து எப்படி மீள்வது? அதற்கு ஒரு வழிமுறையை வடிவமைக்க வேண்டும் என்னும் எண்ணமும் கூடவே பிறக்கின்றது.

அத்தகைய மனிதனது மனதில் உடனே ஏற்படும் முதல் ஆதங்கம், பேராவல்;- புற வாழ்வு சார்ந்த சட்டங்கள் கட்டமைக்க பட வேண்டும். சமூக மாற்றங்களுக்கான விதிகள் அல்லது சமூக

சீர்த்திருத்த விதிகள் அறிமுகப்படுத்தப்பட வேண்டும். இவை பிற மனிதர்களின் சுயநலத்தைக் கட்டுப்படுத்தும் வலிமை நிறைந்ததாக இருக்க வேண்டும் என்பதாக இருக்கும்.

இரண்டாவதாக அவனுக்கு ஏற்படும் எண்ணம், தான் எதிர் கொண்டுள்ள எதிரி ஆன மனிதர்களிடம் நிலவும் சுயநலம் என்பது ஓர் அசைக்க முடியா உறுதியான இரும்பு சுவராக அவன் முன் தோற்றமளிக்கும். அதை எதிர்க்கும் வலிமையோ துணையோ ஆற்றலோ தனக்கு இல்லை, தன்னால் என்ன செய்ய முடியும் என்று தன் இயலாமையை நினைத்து வருந்துவான்.

சுயநலத்தின் மொத்த கூறுகளையும் முழுமையாக விளங்கி கொள்ளாமல் செயல்படுவதன் விளைவே இவ்விரண்டு மனநிலைகள். தன்னுள் உறைந்து கொண்டிருந்த சுயநலம் என்று அப்பட்டமாக தெரியும் கூறுகளை, அவன் விலக்கியுள்ளான். அந்த அளவிற்கு அவன் போற்றுதலுக்கு உரியவன் என்பதை மறுக்க முடியாது. ஆனால், இன்னும் சில வகையான சுயநல கூறுகள் அவனுள் பல் வேறு திசைகளில் நுட்பமாக ஆழ புதைந்து கிடக்கின்றன. அவற்றின் பிடியில் இருந்து அவன் இன்னும் மீளவில்லை. அந்த சுயநல கூறுகளின் பிடியில்

அவன் சிக்கி இருப்பது தான் அவ்விரண்டு மனநிலைகளால் அவன் ஆளப்ப்படுவதன் காரணம்.

தன்னால் என்ன செய்ய முடியும் என தன் இயலாமையை நினைத்து வருந்துவது, பின் வரக்கூடிய இரு வழிகளில் ஏதேனும் ஒன்றைத் தேர்ந்தெடுப்பதற்கு நிச்சயம் வழிவகுக்கும். ஒன்று, அவன் சுயநலத்தை எதிர்த்து வெல்ல முடியும் என்னும் நம்பிக்கையை இழந்து மனம் சோர்ந்து எதிர்ப்பைக் கைவிட்டு மீண்டும் உலகின் சுயநலத்தோடு ஒன்றிணைந்து கொண்டு தன்னை சுயநலத்தில் மூழ்கடித்துக் கொள்வான் அல்லது சுயநலம் என்னும் துன்பத்திலிருந்து மீள்வதற்கான ஒரு வழியை காணும் வரை ஓயக் கூடாது என்று தேடுதல் வேட்கையில் ஈடுபடுவான். ஒரு வழியை அவன் கண்டும் பிடிப்பான். வாழ்வை குறித்த விஷயங்கள் ஒவ்வொன்றையும் மிக மிக ஆழமாக உற்று நோக்குவான், மனதில் அசை போடுவான், எல்லா கோணங்களிலும் சிந்திப்பான், பரிசோதிப்பான், ஆராய்ச்சி செய்வான். அவன் எதிர் கொள்ளும் ஒவ்வொரு பிரச்சினையின் மூலகாரணத்தை வலிமையும் ஆற்றலும் வாய்ந்த எண்ணங்களால் எண்ணுவான். உண்மையின் மீது அவன் கொண்ட அன்பு நாளுக்கு நாள் வளரும். அவனது இதயம் பரந்ததாய் மாறும். அவனது

புரிந்துணர்வும் பரந்து விரிந்ததாய் மாறும். அவன் இறுதியில் சுயநலத்தை ஒழிப்பதற்கான வழி என்பது, பிறரிடம் உள்ள சுயநலம் என்னும் மரத்தின் ஏதோ ஒரு கிளையை முறிப்பது அல்ல தன்னுள் உள்ள சுயநலம் என்னும் மரத்தை அடிவேரிலிருந்து சாய்த்து எறிய வேண்டும் என்பதே என்று உணர்வான்.

இந்த உண்மையை உணர்ந்து கொள்வது ஆன்மீக பேரொளி ஆகும். இவ்வொளி மனதில் விடியும் போது ''குறுகலான, அந்த நேர் வழி'' புலப்படும். சுவர்கத்தின் வாயிற்கதவு தூரத்தில் புள்ளியாக தெரிய ஆரம்பித்துவிடும்.

உங்கள் பார்வையை மறைக்கும் தூணை கவனிக்காது உங்கள் சகோதரனின் பார்வையை மறைக்கும் துரும்பை காண்கிறீர்கள். அது ஏன்? உன் கண்ணிலிருந்து துரும்பை அகற்றுகிறேன் என்று ஏன் உங்கள் சகோதரனிடம் சொல்கிறீர்கள். முதலில் உங்களை கவனியுங்கள். உங்கள் கண்ணின் பார்வையை பெரிய தூண் ஒன்று இன்னும் மறைக்கின்றது. நீங்கள் வேடமிடுகிறிர்கள். முதலில் உங்கள் கண்ணிலிருந்து அந்தத் தூணை

அகற்றுங்கள்.அதன் பின் உங்கள் சகோதரனின் கண்ணில் இருக்கும் துரும்பை அகற்றும் வழியை தெளிவாக காண்பீர்கள்.

என்னும் வாசகத்தை (மற்றவர்களுக்கு இடாமல்) தங்களுக்கு தாங்களே ஆணையிட்டு கொள்வார்கள். தன்னை இரக்கமின்றி பரிசோதித்துக் கொள்ளும் அதே வேளையில் மற்றவர்களை இரக்கமின்றி ஆராய்ந்து எடைப்போட்டு கொண்டிருக்க கூடாது என்னும் இக்கட்டளையை ஒருவன் ஏற்று அதைத் தன் வாழ்வில் கடைபிடிக்கும் போது, நரகத்தை ஒத்த இந்தச் சுயநல வேட்கை இயங்கும் தளத்திலிருந்து வெளியறும் வழியை அவன் கண்டறிவான். அந்தத் தளத்தில் செயல்படும் விதிகள் அவனை இனி கட்டுப்படுத்த முடியாத வகையில் அவன் கீழ்நிலையிலிருந்து மேல் எழுவான். மேல் எழுந்து, உயர்நிலையில் இருக்கும் அன்பு என்ற தளத்தில் இயங்கிச் செயல்படும் விதிகளுக்குத் தன்னை உட்படுத்திக் கொள்ளும் போது, அவனை விட்டு எல்லா தீமையும் விலகிச் சென்று விடும். சுயநலம் கொண்டவர்கள் தேடியும் காண முடியாத மகிழ்ச்சியும் பேரருளும் அவனை அடைய உரிமையோடு காத்திருக்கும். இது மட்டும் அல்ல, அவன் தன்னை உயர்த்திக் கொண்டதோடு

சே.அருணாசலம்

உலகையும் இனி உயர்த்துவான். அன்பின் விதிகளை நிரூபிக்கின்ற அவன் வாழ்வு பலருக்கும் நல்வழியை காட்டும். அவன் உடன் வாழும் போது, இருளான தீமை அதன் ஆற்றலை இழக்கும்.

"தன் சுயநலத்தைத் துறந்து, சுயநல வேட்கை இயங்கும் தளத்திலிருந்து மேல் எழுந்தவன், தன்னை சுற்றி இருப்பவர்களின் சுயநலத்தால் பாதிக்கப்பட மாட்டானா? தன்னை பரிசுத்தப்படுத்திக் கொள்ள வேண்டும் என்று அரும்பாடுபட்டவன், களங்கம் நிறைந்தவர்களின் கைகளில் சிக்கி துன்புற மாட்டானா?" என்று இங்கே கேட்கப்படலாம்.

அதற்கு பதில், இல்லை. அவன் துன்புற மாட்டான். உயர்ந்த அறநெறிகள் நீதியை பாதுகாக்கும். நீதியை யாரும் வளைக்க முடியாது. சுயநலத்தைத் துறந்தவன் ஒரு தளத்தில் இருக்கிறான். சுயநலம் கொண்டவர்கள் வேறு ஒரு தளத்தில் இயங்குகிறார்கள். இவர்களது செயல்கள் அவனைச் சென்று பாதிக்க முடியாது. வேறு வார்த்தைகளில் கூற வேண்டும் என்றால் "ஒவ்வொரு தனிமனிதனும் அவனுள் உறையும் சுயநலத்தின் அளவால் தான் துன்புறுகிறான்."

சுவர்கத்தின் நுழைவாயில்

சுயநலத் தளத்தில் இயங்கும் விதிகளால் சுயநலம் கொண்டவர்கள் ஆட்டுவிக்கப்படுவார்கள் என்பது உண்மையே. அந்த விதியின் கருவியாக ஒவ்வொருவரும் செயல்பட்டு ஒருவருக்கு ஒருவர் தீங்கை மாறி மாறி இழைத்துக் கொள்வார்கள். மொத்தத்தில் எல்லோருமே துன்புறுவார்கள். மேலோட்டமாக பார்த்தால், மனிதர்கள் தாங்கள் செய்துள்ள பாவங்களினால் துன்புறவில்லை, மற்றவர்களின் பாவமே அவர்களின் துன்பத்திற்கு காரணம் என்று தோன்றும். ஆனால், ஒத்திசைவுத் தன்மையே இந்த பிரபஞ்சத்தின் அடிப்படை என்பது தான் உண்மை. அந்த ஒத்திசைவுத் தன்மை தொடர்ந்து நிலவ பிரபஞ்சத்தின் எல்லா பாகங்களும் தொடர்ந்து கவனிக்கப்பட்டு சரி செய்யப்பட்டுக் கொண்டே இருக்க வேண்டும். ஒவ்வொரு பாகமும் அதற்கு உரிய அளவு கவனிப்பை பெற்றுக் கொண்டேவாறே இருக்கின்றது, அதன் செயல்பாட்டின் காரணமாகவே ஒவ்வொன்றும் துன்பத்தை அனுபவிக்கின்றது.

ஒவ்வொரு மனிதனும் தனது உள் உறைபவைகளின், உள் இருப்பின் விதியின் கீழ் மட்டுமே வருவான். இன்னொருவனது உள் உறைபவைகளின், உள் இருப்பின் விதியின் கீழ்

அவன் வர முடியாது. அவன் மற்றவர்களைப் போல துன்பப்படுவான், மற்றவர்களால் துன்பப்படுவான், அது எப்போது என்றால் அவன் மற்றவர்கள் வாழ்கின்ற தளத்தில் வாழ்ந்தால் மட்டுமே. ஆனால், அவன் அந்த கீழ்நிலை தளத்தைத் துறந்து, மற்றவர்கள் அறியாத ஓர் உயர்நிலை தளத்தைத் தேர்ந்தெடுத்து வாழ எண்ணினால், அவன் ஒரு போதும் கீழ்நிலை தளத்தின் விதிகளால் பாதிக்கப்படவோ கட்டுப்படுத்தப்படவோ மாட்டான்.

தீமை மிகுந்த வஞ்சகப் போட்டி சூழல்களை மரமாகவும் அந்த மரத்திற்கு வேராக சுயநலத்தை உருவகப்படுத்திய இடத்திற்கு இப்போது மீண்டும் செல்வோம். அந்த உருவகத்தை அடுத்த நிலைக்கு கொண்டு செல்வோம். அந்த மரத்தின் இலைகளும் கிளைகளும் அதன் வேரினால் தளைக்கின்றன. வேர் தன் ஆதாரத்தை நிலத்திலிருந்து பெறுகிறது, மரத்திற்கு தேவையான உயிர் சக்தியை வழங்க வேர் இருள் மிகுந்த நிலத்தின் கீழ் ஊடுருவி பாய்கிறது. அது போலவே சுயநலமும், அறியாமை இருள் என்னும் நிலத்தில் ஊடுருவி பாய்கிறது தன்னை நிலை நிறுத்திக்க கொள்கிறது, தன் ஆதாரத்தை தேடிக் கொள்கிறது. இங்கு அறியாமை இருள் என்பது கல்வி அறிவின்மையை

சுவர்கத்தின் நுழைவாயில்

குறிக்கவில்லை, எதை குறிக்கிறது என்பதை இனி பார்ப்போம்.

சுயநலம் எப்போதும் அறியாமை இருளில் தான் திளைக்கும். அதன் இயற்கை குணத்தின் தன்மையால், அதன் இயல்பால், அது மெய்யறிவு சுரக்கும் இடங்களை அண்ட முடியாமல் அவற்றிடம் இருந்து துண்டிக்கப்பட்டு இருக்கிறது. அது கண் மூடித்தனமான கீழ்நிலை இச்சைகளின் உணர்வு நிலை. சுயநலம் ஆனது எந்த அறநெறிக்கும் கட்டுப்படாது. அவை குறித்த அறிவும் அதற்கு இல்லை. எனவே பிரபஞ்சம், ஒத்திசைவு தன்மையுடன் செயல்படுவதற்காக சுயநலம் எப்போதும் சுயநல தளத்தில் இயங்கும் கடுமையான விதிகளின் கட்டுப்பாட்டில் இருந்து தப்ப முடியாமல் தண்டனைக்கு உள்ளாகிக் கொண்டே இருக்கும்.

நாம் வாழும் இந்த உலகத்தில், பிரபஞ்சத்தில் எல்லா வித நன்மைகளும் நிறைந்து இருக்கின்றன. எந்த அளவிற்கு நிறைந்து இருக்கிறது என்றால், இந்த பூமிப்பந்தில் உள்ள அனைத்து மனிதர்களின் ஆன்மீக, பொருளாதார, மன தேவைகளை நிறைவேற்றிய பின்பும், அவை இன்னும் ஏராளமாக

சே.அருணாசலம்

கொட்டிக் கிடக்க அவற்றின் மத்தியில் வாழலாம். தங்களுக்கு வேண்டியதை விட அதிகமான அளவே பெற்று, அதை வேண்டுபவருக்கு வழங்க கூடிய நிலையில் வாழ முடியும். இவ்வளவு இருந்தும், நாம் காணக்கூடிய பரிதாபகரமான காட்சி தான் என்ன!

ஒரு பக்கம், கோடிக் கணக்கான ஆண்களும், பெண்களும் எளிதில் தங்களை விடுவித்து கொள்ள முடியாத அடிமை சங்கிலிகளில் சிக்கி இருப்பதைக் காண்கிறோம். எளிமையான ஒரு வேளை உணவிற்கும், உடுத்தும் ஆடைக்கும் கூட அவர்கள் படும்பாடு வார்த்தைகளால் சொல்ல முடியாத அளவு இருக்கின்றது. இன்னொரு புறம், தங்களுக்கு வேண்டிய அளவை விட, தங்களால் நிர்வகிக்க முடிந்த அளவை விட பல மடங்கு அதிகம் பெற்று, பல்லாயிரக்கணக்கானவர்கள் இருப்பதை காண்கிறோம். அவர்களது செல்வமும் உடைமைகளும் பேரருள் நிறைந்த வாழ்வை வாழ பல வாய்ப்புகளை வழங்கியிருக்கின்றன. ஆனால், அந்த வாய்ப்புகளை எல்லாம் அவர்கள் நிராகரித்து, இன்னும் அதிக செல்வத்தை சேர்க்க முயல்கின்றனர். அவர்கள் சேர்த்தாலும் அந்த செல்வத்தால் அவர்களுக்கு எந்த பயன்பாடும் இல்லை. எல்லாவற்றுக்கும் வேண்டிய அளவை விட அதிகமாக உணவு இருந்தும் கூட

மகிழ்ச்சியாக அதை கூடி உண்ணாமல், சன்டையிட்டுக் கொண்ட பறவைகளின் புத்தியை விட, மனிதர்களின் புத்தி ஒரு படி மேலானது அல்ல.

எங்கே அறியாமை இருள் மிக ஆழமாக அடர்ந்து இருக்கிறதோ அங்கு தான் இத்தகைய நிலை ஏற்படும். மிக அடர்த்தியான இந்த இருளை உண்மையின், மெய்யறிவின் சுயநலமற்ற கண்களை தவிர வேறு எவற்றாலும் ஊடுருவி காண முடியாது. உணவு, உடை, இருப்பிடம் ஆகியவற்றுக்காகத் தொடர்ந்து நிகழ்ந்தவாறே இருக்கும் இப்போராட்டங்களின் நடுவில், யார் கண்களுக்கும் புலப்படாமல், ஆனால், சிறிய தவறும் கூட இழைத்து விடாமல் மிகுந்த ஆற்றலோடு எல்லாவற்றுக்கும் தலையான நீதி ஒவ்வோரு தனிமனிதனுக்கும், அவனுக்கு உரிய பங்கை, அது நன்மையோ தீமையோ, நிச்சயம் அளித்து விடும். அது நடுநிலையானது. யாருக்கும் அது சலுகைகளைக் காட்டாது. தண்டனைக்கு உரியவர்களையே அது தண்டிக்கும்:

அதற்கு முன்பகை எண்ணமும் கிடையாது.

குற்றத்தை பொருட்படுத்தாமலும் இருக்காது.

சே.அருணாசலம்

அதற்கு அறுதியிட்டு உண்மையாக அளக்கத் தெரியும்.

அது துள்ளியமாக எடை போடும்.

காலம் என்ற ஒன்று அதற்கு இல்லவே இல்லை.

நாளையும் தீர்ப்பளிக்கும்

அல்லது பல நாள் கழித்தும் அது தீர்ப்பளிக்கும்.

தங்களிடம் உள்ள சுயநலத்தின் காரணமாக ஏழைகளும் சரி, பணக்காரர்களும் சரி, இருவருமே துன்புறுகிறார்கள். யாரும் தப்ப முடியாது. ஏழைகளுக்கு ஒரு வகையான துன்பங்கள் இருப்பது போல பணக்கார்களுக்கும் ஒரு வகையான துன்பங்கள் இருக்கின்றன. மேலும் பணக்காரர்கள் தங்கள் செல்வத்தை இழந்து கொண்டே இருக்கிறார்கள். ஏழைகள் அதை கைப்பற்றிக் கொண்டே இருக்கிறார்கள். இன்றைய பணக்காரன் நாளைய ஏழை. நாளைய ஏழை இன்றைய பணக்காரன் என்று மாற்றியும் போடலாம்.

எந்த நிலையான தன்மையும் நரகத்தில் இல்லை. எந்த பாதுகாப்பும் அங்கு இல்லை. துன்புறுவதில்

சுவர்கத்தின் நுழைவாயில்

இருந்தும் அச்சப்படுவதில் இருந்தும் அவ்வப்பொழுது சிறு சிறு இடைவெளிகள் ஏற்படும், அவ்வளவு தான். சுயநல ஆற்றல்களின் வாயிலாக ஒன்றைப் பெற்று அதை இறுகப் பற்றிக் கொள்பவனை அச்சமும், பயமும் ஒரு பெரும் நிழலைப் போல எப்போதும் பின் தொடரும். ஒரு பாதுகாப்பின்மை எப்போதும் அவனுடன் இருப்பதை உணர்வான். தான் இறுகப் பற்றி கொண்டுள்ளதை இழந்து விடுவோமோ என்ற பயத்திலயே எப்போதும் இருப்பான். சுயநல நோக்கத்துடனோ அல்லது பேராசை எண்ணத்துடனோ பணத்தை தேடும் ஏழையோ, அவன் ஆதரவற்றனாகி விடுவானோ என்ற பயத்தில் இருப்பான். சுயநலப் வேட்கையால் துன்ப போராட்டம் நிகழும் பாதாள உலகில் வாழும் யாவரையும் ஒரு பெருநிழல் கவ்வியிருக்கிறது-அது தான் இறப்பை பற்றிய பேரச்சம்.

வாழ்வின் ஆதாரம் அறநெறிகள். அவை என்றும் நிலையானவை. அவற்றிலிருந்தே மற்றவை எல்லாம் புறப்படுகின்றன. மக்கள் அறியாமை இருள் சூழ இருப்பதால் இந்த அறநெறிகளைக் குறித்த அறிவு அவர்களிடம் இல்லை. உணவும் உடையுமே வாழ்வின் மிக முக்கியத் தேவை. அதை முதலில் பெற முனைவது தான் தங்கள் கடமை

என்னும் மாயையில் சிக்கியுள்ளனர். இந்த புற உலக பொருட்களே தங்கள் வசதியான வாழ்விற்கும் மகிழ்ச்சிக்கும் காரணம் என்று மக்கள் நம்புகின்றனர்.

கண்மூடித்தனமான மிருக இயல்புகளால் தன்னை (தன் முக்கியத்துவத்தை, தன் ஆணவத்தை, தன் ஆளுமையை) பாதுகாத்து கொள்ள மனிதன் உந்தப்படுகிறான். அதன் காரணமாக மற்ற மனிதர்கள் தன் வாழ்வை, தன் முன்னேற்றத்தை தடுக்கிறார்கள் என்று எண்ணி, ஒவ்வொருவனும் மற்றவர்களை எதிர்க்கிறான். இவன் அவர்களுடன் எச்சரிக்கையாய் இருக்கவில்லை என்றால், தன் வாய் வரை சென்ற உணவையும் அவர்கள் தட்டி பறித்து அபகரித்து விடுவார்கள் என்று போராட்டத்தை புதுபித்தவாறு இருக்கிறான்.

முதலில் உருவான இந்த மாயையான எண்ணத்திலிருந்து இன்னும் பல மாயையான எண்ணங்கள் உருவாகின்றன. அவை ஒவ்வொன்றில் இருந்தும் அவற்றுக்கே உரிய துன்பங்கள் பின் தொடர்கின்றன. உணவும் உடையும் வாழ்வின் ஆதாரம் அல்ல. அவை மகிழ்ச்சிக்கு காரணமுமல்ல. அவை வெறும் விளைவுகள். காரணத்தை பின் தொடரும்

விளைவுகள். இயற்கை நியதியின் படி வாழ்வின் ஆதாரமான மூலகாரணத்தை பின் தொடர்கின்றன.

குண இயல்புகளில் உள்ள நிலையான தன்மைகளே வாழ்வின் ஆதாரம்-நேர்மை, நம்பிக்கை, அறநெறி வழி ஒழுகுதல், தன்நல தியாகம், இரக்கம், அன்பு; இவற்றிலிருந்தே எல்லா நன்மையும் ஊற்று எடுக்கின்றன.

உணவு, உடை, பணம் எல்லாம் வெறும் பின் விளைவுகள். அவற்றுக்கு தம் இயற்கை இயல்பால் உயிரோ ஆற்றலோ கிடையாது. நாம் அதற்கு வழங்கும் உயிரையும், ஆற்றலையும் தவிர அவற்றுக்கு தனியாக உயிரோ ஆற்றலோ கிடையாது. அவற்றிடம் நற்குணமோ, தீயகுணமோ இரண்டும் இல்லை. அவற்றால் ஆசிர்வதிக்கவும் முடியாது. சாபமிடவும் முடியாது. மனிதர்கள் தங்கள் உடலை வேறொன்றாக நினைத்து கூட பார்ப்பது இல்லை. தங்கள் உடலோடு அவர்களின் உறவு அத்தகைய ஒன்றற கலந்த உறவு. அப்படிபட்ட அந்த உடலையே அவர்கள் ஒரு நாள் விட்டுத் தான் செல்ல வேண்டும். அந்த உடலும் மண்ணோடு மண்ணாகும். ஆனால் உயர் குணங்களை வாழ்வதே வாழ்க்கை. அவற்றை

சே.அருணாசலம்

நம்பிக்கையுடன் கடைபிடித்து முழுமையாக வாழ்வது தான் சுவர்க வாழ்வு.

"முதலில் வாழ்வில் முன்னேற ஒரு வழியை நான் காண வேண்டும். ஒரு நல்ல நிலையை அடைய வேண்டும். அதன் பின் உயர்ந்தவைகளைப் பற்றி நான் சிந்திப்பேன்" என்று கூறுபவன் உயர்ந்தவைகளை இன்னும் புரிந்து கொள்ளவில்லை, அவை உயர்ந்தவைகள் என்று இன்னும் அவன் உண்மையாக நம்பவில்லை. அவ்வாறு நம்பி இருந்தால், அவனால் அதை புறம் தள்ளி வைத்து இருக்க முடியாது. பொருளாதார வளர்ச்சி தான் உயர்ந்தது என்று அவன் நம்புகிறான். எனவே அதை முதலில் தேடுகிறான். செல்வம், அணிஉடை, பதவி ஆகியவைகள் தான் முக்கியமானவைகள். நேர்மை, உண்மை மிக மிஞ்சி போனாலும் அதிகப்படியாக இரண்டாவதாக தான் வர முடியும். காரணம், தாழ்வானதாகக் கருதுவதை உயர்வானதாகக் கருதுபவற்றுக்காக எப்போதும் ஒருவன் கைவிடுவான்.

உணவுக்கும் உடைக்கும் போராடுவதை விட நேர்மை தான் சிறந்தது என்று உணர்ந்த அடுத்த கனமே மனிதன் உணவுக்கும், உடைக்கும் பாடுபடுவதை நிறுத்தி நேர்மைக்காக வாழத்

சுவர்கத்தின் நுழைவாயில்

தொடங்குவான். சுவர்கம் ஒரு புறம், நரகம் இன்னொரு புறம் என்று வேறுபடுத்தும் கோடு இங்கு தான் உருவாகின்றது.

நேர் வழியின் பேரழகையும் நிலையான தன்மையையும் ஒருவன் உணரும் போது அவன் கொண்டிருந்த மனப்பான்மை முழுமையாக மாறிவிடும். தன்னையும் மற்றவர்களையும் பற்றி தன்னுள் இருப்பவைகளையும் தன்னை சூழந்து இருப்பவைகள் பற்றி அவனது மனக்கண்ணோட்டம் மாறி இருக்கும். தன்னை முன் நிறுத்திக் கொள்ள எண்ணும் பேராவல் அவன் மீது இருந்த பிடியை மெதுவாக இழக்கும். தன் முக்கியத்துவத்தை காப்பாற்றிக் கொள்ள வேண்டும் என்னும் உந்துதல் மடியத் தொடங்கும். அதற்கு பதிலாக தன்னை மறுக்கும் நிலை/பற்று அறுக்கும் நிலை அங்கு ஏற்படும். தன் சுயநலத்திற்காக மற்றவர் நலனை பலி கொடுப்பதற்கு பதிலாக மற்றவர் நலத்திற்காக, நன்மையானவற்றுக்காக அவன் தன்னலத்தை தியாகம் செய்வான். கண்மூடித் தனமான சுயநல உந்துதல்களை கட்டுப்படுத்தும் நோக்கத்தோடு, சுயநலத்திற்கு தண்டனை இடும் பொருட்டு செயல்படுகின்ற கடுமையான விதிகள் இயங்கும் தளத்திலிருந்து அவன் மேல் எழுகிறான். தன்னை விட்டு அவன் மேல் எழுந்து உள்ளதால் இந்த

சுயநலம் இயங்கி செயல்படும் தளத்தை விட்டும் மேல் எழுகிறான்.

அவன் மலையின் சிகரத்தை அடைந்தவன் போலாவான். ஆபத்தான நீர்சுழல்கள் நிறைந்திருக்கும் பள்ளத்தாக்கை கடந்து மேலே சென்று விட்டான். மேகங்கள் மழையை கொட்டுகின்றன. இடிஓசை விண்ணை பிளக்கின்றது. மின்னல் தெறிக்கின்றது. பனிமூட்டம் படர்ந்து பாதையை மறைக்கின்றது. வேரோடு சாய்க்கும் புயல் காற்று சூறாவளியாய் வீசுகிறது. அந்த உயர்சிகரத்தில் நின்று கொண்டு இருக்கும் இவனை இவை எவற்றாலுமே தொட முடியாது. அங்கே சாந்தம் நிலவிக்கொண்டு இருக்கின்றது. அவன் உலாவும் இடங்களில் எப்போதும் ஒளியும் நிம்மதியும் இருக்கின்றது.

அத்தகைய மனிதனது வாழ்வை இனி கீழ்தளத்தில் இயங்கிச் செயல்படும் விதிகளால் கட்டுப்படுத்த முடியாது. உயர்தளத்தில் இயங்கி செயல்படும் விதிகளின் பாதுகாப்பு வளையத்திற்குள் அவன் வந்து விட்டான், குறிப்பாக அன்பின் விதிகளால் பாதுகாக்கப்படுகிறான். அவன் எந்த அளவிற்கு அந்த உயர்விதிகளுக்கு கட்டுப்பட்டு நேர்மையாக இருக்கின்றானோ, அந்த அளவிற்கு, அவன்

நல்வாழ்விற்கு எவை எல்லாம் தேவையோ, அவை எல்லாமே உரிய நேரத்தில் அவனை வந்தடையும்.

பட்டத்தைதையும் பதவியையும் உலகில் அடைய வேண்டும் என்னும் எண்ணம் அவனுள் புக முடியாது, புற வாழ்வின் தேவைகளான உணவு, உடை, பணம் போன்றவற்றை அவன் நினைத்து கூட பார்ப்பது இல்லை. ஆனால், மற்றவர்களின் நன்மைக்காக தன்னை உட்படுத்திக் கொள்கிறான். எந்த பலனையும் எதிர்பார்க்காமல் தனது கடமைகளைக் கவனமாகச் செய்கிறான். அறநெறி விதிகளுக்கு கட்டுப்பட்டு ஒவ்வொரு நாளையும் வாழ்கிறான். மற்றவை யாவும் சரியான நேரத்தில் சரியான வரிசையில் அவனை பின் தொடர்ந்து வத்தடைகின்றன.

துன்பமும் துயரமும் சுயநலத்தின் உள் உறைகின்றன. அவை மேல் எழுவதற்கான மூலகாரணமும் சுயநலமே. பேரருளும் பெருநிம்மதியும் அறநெறி உள் உறைகின்றன. அவை மேல் எழுவதற்கான மூலகாரணமும் அறநெறியே. இந்த பேரருளோ வாழ்வின் ஒவ்வொரு அம்சத்தையும் முழுமையாகத் தழுவிய பேரருளாகும். எது ஆன்மீக உலகில் சரியோ அது புற உலகிலும் சரியே. எது அறநெறிகளின்

சே.அருணாசலம்

அடிப்படையில் சரியோ அது பொருள் அடிப்படையிலும் சரியே.

சுயநலத்திற்கு பணியாமல் நன்மைக்கு மட்டுமே பணிபவன், எல்லா வகையான குழப்பம், கவலை, அச்சம், பயம், மனசோர்வு எல்லா விதமான மன உறுத்தல்கள், ஆகியவற்றிலிருந்து விடுபட்டு இருக்கிறான். இவை யாவும் சுயநலத்தையே ஆதாரமாகக் கொண்டு நிலைக்கொள்கின்றன. சுயநலத்தை நம்பியே இருக்கின்றன. சுயநலமே இவைகளை ஊட்டி வளர்க்கின்றது. சுயநலத்தின் பிடியில் சிக்கி உலகமே அல்லல் பட்டுக் கொண்டிருந்தாலும் இவன் இடையறாத ஆனந்தத்தோடும் நிம்மதியோடும் வாழ்கிறான்.

அவன் நரகத்திற்குள்ளேயே நடந்தாலும், அங்கு கொழுந்து விட்டு எரியும் தீயின் நாவுகளால் அவனை தீண்ட முடியாது. அவை அவன் அருகே வந்தவுடன் அணைந்து விடும். அவற்றால் அவன் தலையிலிருக்கும் ஒரு முடியைக் கூட தொட முடியாது. சுயநல சிங்கங்களின் மத்தியில் அவன் நடந்தாலும், அவனுக்காக, அவற்றின் வாய் கட்டப்பட்டுவிடும். தங்கள் வெறித்தனத்தை இழந்து அவனுக்கு அவை அடிபணியும். வாழ்வின் கடுமையான போராட்டத்தை எதிர் கொள்ள முடியாமல் அவனைச் சுற்றிலும் மனிதர்கள்

சுவர்கத்தின் நுழைவாயில்

விழுந்தாலும் அவன் விழுகாமல் துணிந்து நிற்கிறான். அவன் கடைபிடிக்கும் நன்மை அவனுக்கு அளித்துள்ள பாதுகாப்பு கவசத்தை மீறி எந்த பயங்கரமான தோட்டாவும் அவனை துளைக்க முடியாது. எந்த விஷம் தோய்ந்த அம்பும் அவன் மேல் பாய முடியாது. அவன் தன் ஒருவனுக்கு மட்டுமே ஆன மிக குறுகிய எல்லையை உடைய சுயநல வேட்கையைத் துறந்து உள்ளதால் அதைத் தொடரும் துன்பம், குழப்பம், அச்சம், தேவைகள் ஆகியவற்றை எல்லாம் தொலைத்து அதற்கு பதிலாக எல்லையில்லாத பேரெழில் மிகுந்த வாழ்வைக் கண்டுள்ளான். தன்னை சரிப்படுத்தி முழுமை படுத்தி கொள்ளும் வாழ்வால் மகிழ்ச்சியும் நிம்மதியும் பொங்க வாழ்கிறான்.

எனவே, உண்பதையும், பருகுவதையும், உடுத்துவதையும் குறித்து என்னென்ன வழிகளை தேடிக் கொள்வது என்று கவலைக் கொள்ளாதீர்கள்...' இவை எல்லாம் உங்களுக்குத் தேவை என்பதை இயற்கை அன்னையும் நன்கு அறிவாள். ஆனால் அறநெறியின் நன்மையை நாடுங்கள், சுவர்க வாழ்வை தேடி அடையுங்கள். அப்பொழுது, வேண்டுவன யாவும் கிட்டும். அவை எல்லாம் தாமாகவே உங்களைத் தேடி வந்து அடையும்.

சே.அருணாசலம்

3. அற நெறிகளைக் கண்டு தெளிவது

என் ஆன்மாவே, சலனமற்று இரு,

நிம்மதி உன்னுள் உறைகிறது என்று உணர்ந்து கொள்.

பற்றுறுதியோடு இரு என் நெஞ்சே,

தெய்வீக வலிமை உன் உடைமை என்று உணர்ந்து கொள்

மனமே கொந்தளிக்காமல் இரு,

என்றும் நிலையான இளைப்பாறுதலைக் காண்பாய்.

அப்படி என்றால், ஒரு மனிதன் சுவர்க வாழ்வை எப்படி அடைவது? தன்னுடைய அறியாமை இருளை அகற்றக் கூடிய அளவு சக்தி படைத்த அந்த ஒளி வெள்ளத்தை அவன் எப்படி கண்டறிவான்? அவன் உள்ளத்தில் ஒளிந்து கொண்டிருக்கும் சுயநலத்தை, ஆழமாக

சுவர்கத்தின் நுழைவாயில்

வேருண்றியிருக்கும் வலிமையான அந்தச் சுயநலத்தை அவன் களைந்தெறிவது எப்படி?

ஒருவன் தன்னை பரிசுத்தப்படுத்திக் கொள்ளும் போது சுவர்க வாழ்வை அடைவான். அவன் தன்னை சுயபரிசோதனைக்கும் சுய அலசலுக்கும் ஆய்வுக்கும் உட்படுத்தி கொள்ளும் போது தான், அவன் தன்னை பரிசுத்தப்படுத்திக் கொள்ள முடியும். சுயநலம் என்றால் என்ன என்பதை விளங்கி கொண்டால் தான் பின்பு அதை நீக்க முடியும். தானாகவே விலகி செல்வதற்கான வலிமையும் அதற்கு கிடையாது, தானாகவே அது நீங்கியும் செல்லாது.

ஒளி வரும் போது மட்டுமே இருள் விலகும். மெய்யறிவால் மட்டுமே அறியாமை இருளை அகற்ற முடியும். அன்பால் தான் சுயநலத்தை விலக்க முடியும். சுயநலத்தில் எந்த நிலையான பாதுகாப்பும் இல்லை, நிம்மதியும் இல்லை என்பதைக் காணும் போது சுவர்கத்திற்கான இந்த தேடல் ஓர் அற நெறிக்கான தேடலாக உருமாறுகின்றது. அந்த அறநெறி என்றும் நிலையான சிறந்த தெயவீக அறநெறியாக இருக்க வேண்டும். எந்த தயக்கமோ அச்சமோ இன்றி தன்

சே.அருணாசலம்

சுயத்தை ஒருவன் விடுவித்துக் கொண்டு அதனிடம் அவன் பாதுகாப்பை உணர வேண்டும். சுயத்தை விடுவித்து கொண்டு என்றால் அதன் பொருள் தன்னை அடிமைப்படுத்தி வதைக்கும் அகம்பாவ உணர்வுகள், அந்த உணர்வுகளை நிறைவேற்ற துடிக்கும் அதன் கோரிக்கைகளிலிருந்து விடுபடுவது ஆகும்.

ஒருவன் தன்னை (தனது தெய்வீக நிலையை) தேடி கண்டு அடைவதற்கு முன் தான் (என்ற தன் அகம்பாவ நிலை) என்பது முதலில் தொலைந்து போக விரும்ப வேண்டும். சுயநலம், கடைபிடிக்கப்படுவதற்கு உரிய அருகதையை பெற்று இருக்க வில்லை; ஒருவன் எவ்வளவு அடிபணிந்து அதற்கு கடமை ஆற்றினாலும் அவனை இழிநிலை படுத்தக் கூடிய எஜமானன் தான் சுயநலம்; அவனது வாழ்வின் எஜமானனாக அவனது இதயத்தில் வீற்றிருந்து முடிசூடிக் கொள்ளும் தகுதியை தெய்வீக நன்மை ஒன்று மட்டும் தான் பெற்று இருக்கிறது என்பதை அவன் விளங்கிக் கொள்ள வேண்டும்.

இவ்வாறு அவன் விளங்கி கொள்ள வேண்டும் என்றால், நம்பிக்கை கொண்டிருக்க வேண்டும். நம்பிக்கையின் துணையில்லாமல் முன்னேற்றம்

சுவர்கத்தின் நுழைவாயில்

இல்லை, சாதனைகள் இல்லை. மனத் தூய்மையின் மீது விருப்பமும் அதை பெறமுடியும் என்றும் நம்ப வேண்டும். நல் ஒழுக்கத்தின் பேராற்றலை நம்ப வேண்டும். உண்மையின் அழியாத தன்மையை நம்ப வேண்டும். மனக் கண் முன் தீங்கற்ற நன்மை நிழலாடிக் கொண்டே இருக்க வேண்டும். அதை அடைய முயற்சிகளை என்றும் புதுபித்தவாறு பேரார்வமாக ஈடுபட வேண்டும்.

இந்த நம்பிக்கை போற்றி பாதுகாக்கப்பட்டு வளர்க்கப் பட வேண்டும். ஒரு விளக்கைப் போல, அதன் திரி கவனமாக தூண்டி விடப்பட்டு இதயத்தில் அந்த நம்பிக்கை விளக்கின் சுடர் என்றும் ஒளி வீச அதற்கு தொடர்ந்து எண்ணெய் ஊற்றப்பட வேண்டும். நம்பிக்கை ஒளி வீசும் சுடர் இல்லாமல் இருளில் எந்த வழியையும் காண முடியாது. ஒருவனது அகம்பாவம் எந்த வழியையும் அவனுக்குக் காட்டாது. இந்த நம்பிக்கை ஒளிச்சுடர் வளர்ந்து நிலையான பேரொளியாகி அவனது இதயத்தில் சிந்தும் போது பேராற்றல், மன உறுதி, தன்னம்பிக்கை ஆகியவை எல்லாம் அவனது உதவிக்கு வரும். அவன் எடுத்து வைக்கும் ஒவ்வொரு அடியாலும் அவனது முன்னேற்றத்தின் வேகம் கூடிக் கொண்டே இருக்கும். இறுதியில் மெய்யறிவின் ஒளிச்சுடர், நம்பிக்கை ஒளிச்சுடர்

சே.அருணாசலம்

இருந்த இடத்தை பெற்றுக் கொள்ளும். மெய்யறிவின் ஒளி வெள்ளத்தின் முன் இருள் அகலத் தொடங்கும்.

தெய்வீக வாழ்வின் அறநெறிகள் அவனது ஆன்மீக பார்வையின் எல்லைக்குள் வரும். அவைகளை நோக்கி அவன் நெருங்க நெருங்க அவற்றின் ஒப்பிட முடியாத பேரழகும் கம்பீரமான கட்டொழுங்கும் அவன் பார்வையை ஆச்சிரியத்தில் ஆழ்த்தும், இதயத்தை மகிழ்ச்சியில் திளைக்கச் செய்யும். அவன் இதுவரையிலும் அறிந்திராத ஆனந்தத்தை உணர்வான்.

ஒவ்வொரு ஆன்மாவும் சுவர்கத்தை நோக்கிய அதன் பயணத்தில் சுய கட்டுப்பாடு என்னும் பாதையையும், மனத்தகத்தின் மாசை அறுத்து எறிதல் என்னும் பாதையையும் கடைபிடிக்க வேண்டும். அது அவ்வண்ணமே இருக்கும். இந்த பாதையின் அகலம் மிக குறுகலானது. அந்த குறுகலான பாதையையும் சுயநல புதர்கள் மிக உயரமாக வளர்ந்து அந்த பாதையின் நுழைவாயிலை மூடி மறைக்கும். அந்த நுழைவாயிலை காண்பதே கடினம். அப்படியே கண்டாலும் தினசரி தியானத்தின் வாயிலாக மட்டுமே அந்தப் பாதையைத் தக்க வைத்துக்

சுவர்கத்தின் நுழைவாயில்

கொள்ள முடியும். இந்த தினசரி பயிற்சி இல்லை என்றால் ஆன்மிக ஆற்றல் பலவீனமாகும், மனிதன் பயணத்தைத் தொடர்வதற்கான வலிமையை இழப்பான். தினம் உட்கொள்ளும் உணவால் உடலானது எப்படி தன்னை திடப்படுத்திக் கொண்டு சக்தி பெறுகிறதோ, அது போல ஆன்மாவும், தனக்குரிய உணவான ஆன்மீக எண்ணங்களைத் தியானம் செய்து தன்னை வலிமையாக்கி புதுபித்துக் கொள்கிறது.

சுவர்க வாழ்வை காண வேண்டும் என்று உளமாற எண்ணுபவன் தியானத்தில் ஈடுபடுவான். குறைகளற்ற அந்த மெய்பொருள் தரும் வெளிச்சத்தின் துணையோடு தன் மனதையும், உள்ளத்தையும், வாழ்வையும் கூர்ந்து கவனித்து எந்த வகையிலும் வளைந்து கொடுக்காமல் பரிசோதனைக்கு உட்படுத்துவான்.

அவனது பாதையின் இலக்கான சுவர்க்க வாழ்வை அடைய அவன் மூன்று நுழைவாயில் அரண்களில் சரணடைய வேண்டும். அதன் பின் அவன் அதை கடக்க வேண்டும். முதல் நுழைவாயில் அரணில் அவன் ஆசைகளை துறந்து சரணடைய வேண்டும். இரண்டாவது நுழைவாயில் அரணில் கருத்து

முரன்பாடுகளை அபிப்பிராய பேதங்களை துறந்து சரணடைய வேண்டும். மூன்றாவது நுழைவாயில் அரணில் தான் என்ற ஆணவ அகம்பாவ நிலையைத் துறந்து சரணடைய வேண்டும். அவன் தியானத்தில் ஈடுபட ஆரம்பிக்கும் போது, தனது ஆசைகளை ஆராயத் தொடங்குவான். தன் மனதில் ஆழ பதிந்து இருக்கும் அவற்றின் சுவடுகளைக் காண்பான். அவற்றை பின் தொடர்வதன் விளைவாக தன் வாழ்விலும் தன் குண இயல்பிலும் நேர்கின்ற பாதிப்புகளை உணர்வான். அவ்வாறு உணர்ந்த பின், ஆசைகளை துறக்காத வரை;- அந்த ஆசைகளுக்கு அடிமையாகத் தான இருக்க வேண்டும், தன்னை நெருக்கும் சூழ்நிலைகளில் இருந்து தப்ப முடியாமல் அடிபணிந்து தான் ஆக வேண்டும் என்று புரிந்து கொள்வான். இதை அறிந்த பின், ஆசைகள் சரண் அடையும் முதல் நுழைவாயில் அரணின் வாயில் கதவுகள் அவனுக்கு திறக்கப்படும். வாயில் கதவில் நுழைந்த பின் தன்னை ஒழுங்குப் படுத்திக் கொள்ளல் என்னும் படியில் அடி எடுத்து வைக்கிறான். மனமாசு அதனை அகற்றி கொள்வதற்கான முதல் படி அது தான்.

உண்பது, உறங்குவது, தன் கீழ்நிலை இச்சைகளின் அழைப்புகளை உடனே ஏற்று கொள்வது, அவற்றை பின் தொடர்ந்து அனுபவிப்பது என்று

சுவர்கத்தின் நுழைவாயில்

இது வரை அவன் ஒரு அடிமை வாழ்வை வாழ்ந்து வந்திருக்கிறான். அவனது கீழ்நிலை இச்சைகளின் தூண்டுதல்களைக் கட்டுப்படுத்த ஒரு வழிமுறையை வகுத்து கொள்ளாமல் அவற்றை கண்மூடித்தனமாகப் பின்பற்றி நிறைவேற்றிக் கொள்கிறான். அவனது நடத்தையைக் குறித்து எந்த கேள்வியும் அவன் கேட்டு கொள்வது இல்லை. அவனது குண இயல்புகளை ஒழுக்கமாக, வாழ்வை சீராக வழி நடத்தி செல்வதற்கு வேண்டிய உறுதியான நிலையான ஒரு மைய்யப்புள்ளியை அவன் இன்னும் பெற்று இருக்கவில்லை.

ஆனால் இப்பொழுதிருந்து அவன் மனிதனாக வாழத் தொடங்குகிறான். கிளர்ந்து எழும் கீழ்நிலை இச்சைகளை முளையிலயே கிள்ளி எறிகிறான். வெறி உணர்வுகளைக் கட்டுப்படுத்துகிறான். அறநெறிகளை கடைபிடிக்க தன் மனதை நிலைப்படுத்தி பயிற்றுவிக்கிறான்.. கேளிக்கை கொண்டாட்டங்களைப் பின் தொடர்ந்து ஓடுவதை நிறுத்திக் கொள்கிறான். ஆனால், அவன் மனதில் ஒன்றை ஆராய்ந்த பின், அவன் மனம் அவனுக்கு பிறப்பிக்கும் ஆணைகளை உடனே ஏற்கிறான். ஓர் உயர்குறிக்கோளின் கட்டளைகளுக்கு ஏற்ப தன் நடத்தைகளை ஒழுங்குப்படுத்தி கொள்கிறான். இவ்வாறு ஒழுக்க விதிகள் அவன் வாழ்வில்

சே.அருணாசலம்

நடைமுறைக்கு வந்த பின், சில வகையான பழக்க வழக்கங்களை அவன் அடியோடு கைவிட வேண்டும் என்று உணர்கிறான்.

எந்த உணவை உண்ண வேண்டும் என்று தேர்ந்தெடுக்க ஆரம்பிக்கின்றான். எல்லா உணவு வகைகளும் கொண்ட முழு உணவை குறிப்பிட்ட வேளைகளில் மட்டுமே உண்கிறான். சுவைக்கத் தூண்டும் உணவு வகைகளை காணும் நேரம் எல்லாம் உடனே உண்ண வேண்டும் என்று அவன் ஆவல் கொள்வது இல்லை. ஒரு நாளுக்கான உணவு வேளைகளின் எண்ணிக்கையை குறைத்துக் கொள்கிறான். உணவின் அளவையும் குறைத்துக் கொள்கிறான்.

பகலோ இரவோ, சோம்பலாக படுத்து கிடக்கும் சுகத்தை அனுபவிக்கலாம் என்று அவன் ஒரு போதும் படுக்கைக்கு செல்வது இல்லை, ஆனால் அவன் உடம்பிற்கு தேவையான ஒய்வை அளிக்கவே படுக்கைக்குச் செல்கிறான். அவன் தூங்குவதற்கு உரிய நேரத்தை வரைமுறைப்படுத்திக் கொள்கிறான். அதிகாலையில் எழுகிறான். விழிப்பு வந்த பின்னும் படுக்கையில் படுத்துக் கொண்டே கனவு காணும் கீழ்நிலை ஆசையை அவன் ஊக்குவிப்பது இல்லை.

சுவர்கத்தின் நுழைவாயில்

குடிபோதையுடன் தொடர்புடைய உணவுகளை, கொடூர தன்மையுடன் தொடர்புடைய உணவுகளை, இன்னும் அதிகம் உண்ண வேண்டும் என்று நாவின் சுவை அரும்புகளை தூண்டும் உணவுகளை அவன் உட்கொள்ளாமல் அறவே நீக்குவான். இயற்கை கணக்கின்றி வாரி வழங்கியுள்ள உணவு வகைகளிலிருந்து சத்தும் புத்துணர்ச்சியும் அளிக்க கூடிய மிதமான உணவு வகைகளை அவன் தேர்ந்தெடுப்பான்.

இந்த முதற்கட்ட படிகளை எல்லாம் கடைபிடிக்கும் போது, சுயக் கட்டுப்பாடு, சுய பரிசோதனை என்னும் பாதையில் பயணம் செய்யும் போது;- ஆசை என்றால் என்ன? அதன் தன்மைகளும் இயல்புகளும் என்ன? அவற்றின் விளைவுகள் என்ன? என்று ஒரு தெளிவு பிறக்கும். அதன் பின் ஆசைகளைக் கட்டுப்படுத்தி நெறிமுறைபடுத்துவது மட்டும் பத்தாது. அது போதுமானதல்ல. ஆசைகளையே கைவிட வேண்டும். தன் மனதிலிருந்து முழுவதுமாக அவை வெளியேற வேண்டும். அவற்றுக்கு, இனி தன் வாழ்விலோ குணத்திலோ பங்காற்றுவதற்கு எந்த இடமும் இல்லை என்று அவன் உணர்வான்.

சே.அருணாசலம்

ஆன்மீக தேடலில் ஈடுபட்டு இருப்பவனின் ஆன்மா, இந்த உணர்வை பெறும் போது தான், ஆசைகளின் தூண்டுதல்கள் உச்சகட்டமாக இருக்கும் அடர்ந்த இருள் நிறைந்த ஒரு பள்ளத்தாக்கிற்குள் நுழைகிறது. அங்கு வாழும் ஆசைகள் வாழ்வா சாவா என்னும் போரில் ஈடுபடாமல் மடியாது. தங்கள் ஆதிகத்தை மீண்டும் நிலைநாட்டும் முயற்சியில் தங்களது இது வரையிலும் வழங்கப்பட்டிருந்த முழு ஆற்றலையும் பயன்படுத்தி மிக உக்கிரமாக போர் செய்யும். இங்கு தான் நம்பிக்கை என்னும் விளக்கின் ஒளியை, அணைந்து விடாமல் மிக கவனமாக பாதுகாக்க வேண்டும். அதிலிருந்து சிந்தும் ஒவ்வொரு துளி வெளிச்சமும் இந்த பள்ளத்தாக்கின் அடர்ந்த இருளை கிழித்து இந்தப் பாதையில் பயணிப்பவனுக்கு வழிக்காட்டி கடப்பதற்கு துணைப்புரியும்.

ஆரம்பத்தில் அவனது ஆசைகள் எல்லாம் தங்கள் நிறைவேறாத பசியை தீர்த்துக் கொள்ள பெரும் கூச்சல் இடும். அதில் தோல்வியுறும் போது, அவனை எப்படியாவது வீழ்த்த வேண்டும் என்று அவனை தங்களுடன் போரிடுவதற்கு தூண்டி அழைக்கும். இந்த இறுதி தூண்டுதல் முதல் தூண்டுதலை விட மிக வலிமையானது. இதை

சுவர்கத்தின் நுழைவாயில்

கடப்பதும் அதை விட கடினமானது. இந்த ஆசைகளை முழுவதுமாக புறக்கணிக்கும் போது தான் அவற்றைத் தடுக்க முடியும். அவற்றை ஏறெடுத்தும் பாராமல், நிபந்தனையின்றி தள்ளி வைக்கும் போது தான் அவை தமக்கு உரிய உணவைப் பெற முடியாமல் அவை மடிந்து போக நேரும்.

இந்தப் பள்ளத்தாக்கைக் கடப்பதற்காக அதில் பயணம் செய்பவன், பின்பு அவனது வளர்ச்சிக்கு உதவப் போகும் சில வகையான ஆற்றல்களை இந்த பயணத்தின் ஊடே வளர்த்துக் கொள்வான். சுயகட்டுப்பாடு, தன்னம்பிக்கை, அச்சமின்மை, சுயமாக சிந்திக்கும் திறம் ஆகியவை தான் அந்த ஆற்றல்கள்.

இந்த பயணத்தில் இங்கு மீண்டும் அவன் ஏளனத்திற்கும், கேலிக்கும் பொய் குற்றச்சாட்டுகளுக்கும் உள்ளாகிறான். அது எந்த அளவு என்றால், எந்த வித சுயநல நோக்கமும் இன்றி அவன் விரும்பும் சிலர் கூட, அவனது சிறந்த நன்பர்கள் சிலர் கூட, அவன் முட்டாள்தனமாக, யோசிக்காமல் செயல்படுவதாக குற்றம் சொல்வார்கள். அற்ப விஷயங்களுக்காகப்

சே.அருணாசலம்

போராடுவது, சுய நல வேட்கை, கீழான தன் முனைப்புகள் போன்றவைகள் நிறைந்திருக்கும் பழைய வாழ்விற்கு அவனை மீண்டும் அழைத்து வர முடிந்த வரை வாதிப்பார்கள்.

ஏறக் குறைய அவனை சுற்றி இருக்கும் எல்லோருமே அவனது கடமையைக் குறித்து அவனை விட அவர்கள் அதிகம் அறிந்திருப்பதாக உணர்வார்கள். தங்களுடைய குழப்பமான கொண்டாட்டங்களையும் துன்பங்களையும் தவிர எந்த வித உயர் வாழ்வையும் அறியாதவர்கள், ஆனால் அவனை மீண்டும் அவன் பழைய நிலைக்குத் திரும்ப வைக்க மிகுந்த சிரமத்தை ஏற்றுக்கொள்வார்கள். அவன் எதையும் அனுபவிக்காமல் மகிழ்ச்சியையும் கொண்டாட்டங்களையும் இழந்து தவிப்பதாக அவர்கள் கற்பனை செய்து கொண்டுள்ளதே அதற்கு காரணம்.

மற்றவர்கள் அவனை இந்த முறையில் அணுகுவது முதலில் அவனுக்கு உடனடி துன்பத்தை ஏற்படுத்தும். ஆனால் இந்த துன்பத்திற்கு அவனது ஆணவ அகம்பாவ எண்ணங்களும் சுயநலமுமே காரணம் என்பதை அவன் விரைவில் உணர்ந்து கொள்வான். தான் பாராட்டப்பட வேண்டும்,

சுவர்கத்தின் நுழைவாயில்

போற்றப்பட வேண்டும், மதிக்கப்பட வேண்டும் என்று அவனுள் மறைந்து இருந்த ஆசைகளே இந்த துன்பத்தை வரவழைத்துள்ளது என்பதை அவன் உணர்ந்த பின், அவன் ஓர் உயர் மனநிலையை அடைவான். அப்போது மற்றவர்களின் அணுகுமுறை அவனுக்கு எந்த வகையான வேதனையையும் அவனுக்கு ஏற்படுத்த முடியாது என்னும் நிலைப்பாட்டில் உறுதியாக நிற்கத் துவங்குகிறான். அதன் பின் அவன் வளர்த்துக் கொண்டுள்ள மன ஆற்றல்களான சுயகட்டுப்பாடு, தன்னம்பிக்கை, அச்சமின்மை, சுயமாக சிந்திக்கும் திறம் ஆகியவை எல்லாம் சீரிய முறையில் வெற்றிகரமாக வெளிப்படுகின்றன.

வெளி இருக்கும் நண்பர்களின் அறியாமை நிறைந்த முட்டாள்தனமான பேச்சுகளையோ அல்லது (அவன்)உள் இருக்கும் எதிரிகளின் கூச்சல்களையோ பொருட்படுத்தாமல் அவன் துணிச்சலாக முன்னேறி செல்லட்டும். பேரார்வத்துடனும் பெருவிருப்பத்துடனும் தேடுதல் முயற்சியில் ஈடுபடட்டும். தன் உயர் குறிக்கோளை எப்போதும் புனித அன்பின் விழிகளின் வழியே தேடியவாறே இருக்கட்டும். மனதிலிருக்கும் சுயநல உள்நோக்கங்களை, உள்ளத்திலிருக்கும் களங்கமான ஆசைகளை, ஒவ்வொரு நாளும்

சே.அருணாசலம்

களைந்து எறியட்டும். இந்த முயற்சியில் பல நேரம் அவன் இடறி விழுவான். தோல்வியைச் சந்திப்பான். ஆனால் மீண்டும் எழுந்து தொடர்ந்து முன்னேறட்டும். ஒவ்வொரு இரவிலும், தன் இதயத்தின் அமைதியில் அன்றைய நாளின் பயணத்தை நினைவு கூரட்டும். அன்று எத்தனையோ தோல்விகளும் சறுக்கல்களும் அவனுக்கு ஏற்பட்டு இருந்தாலும், அவன் தொடுத்த புனித போரின் காயங்களே அவை என்று எண்ணிப்பார்த்து சோர்வடையாமல் இருக்கட்டும். அவன் தோல்வி அடைந்து இருக்கலாம். ஆனால் ஆரவாரமின்றி வெற்றிக்கு மிக அருகே வந்து தோற்று இருக்கிறான். தன்னை வென்று ஆள வேண்டும் என்று உள்ளம் கொண்டவனுக்கு இன்றைய தோல்வி நாளைய வெற்றிக்கு வழி அமைக்கும்.

இந்த பள்ளத்தாக்கை கடந்து செல்ல போகும் இறுதி வேளையில் தனிமை, துக்கம் என்னும் நிலப்பரப்பை அடைவான். அவன் உடன் இருந்த ஆசைகள் அவனிடமிருந்து ஆதரவையும் ஊக்கத்தையும் பெற முடியாமல் வலிமையிழந்து மடியத் தொடங்கி விட்டன. அவன் பள்ளத்தாக்கின் எல்லையை நெருங்கி மேல் ஏறுவதால் இருளின் அடர்வும் குறையத் தொடங்கிவிட்டது. ஆனால், முதல் முறையாக தனிமையாகிவிட்டதை

உணர்கிறான். இரவு நேரத்தில், ஒரு மலைசிகரத்தின் அடிவாரத்தில் தனியே இருக்கும் ஒரு மனிதனை போல உணர்கிறான். ஒரு புறம், அவனுக்கு மேலே வானுயர்ந்த சிகரம் கம்பீரமாக உயர்ந்து நிற்கின்றது. மறையாத நட்சத்திரங்கள் அந்த சிகரத்திற்கு மேலே ஒளி வீசிக் கொண்டு இருக்கின்றன. மறுபுறம் அவனுக்கு கீழே அவன் விட்டு வெளியேறிய நகரத்தின் ஒளிவிளக்குகள் மின்னிக் கொண்டு அவன் கண்ணை பறிக்கின்றன. அந்த நகரத்தில் வாழும் மக்களின் ஆர்ப்பாட்டங்கள், கூச்சல்கள், சிரிப்பொலிகள், வாகன நெரிசலின் இரைச்சல் பேரொலிகள் என எல்லாம் கலந்து இறுக்கமான இசை கருவிகளை மீட்கும் சத்தங்களின் கலவையாக அவன் காதில் விழுகின்றன. அந்த நகரத்தில் வாழ்ந்து கொண்டிருக்கும் அவனது நண்பர்களை நினைத்துப் பார்க்கிறான். அவர்கள் தங்களுக்கு பிடித்த வகை கொண்டாட்டங்களில் ஈடுபட்டுக் கொண்டு இருக்கிறார்கள். இவன் மட்டும் இங்கு மலையின் அடியில் தனியாக நின்று கொண்டு இருப்பதாக உணர்கிறான்.

அவன் கிழே காணப்படும் நகரம் என்பது ஆசைகளும், கொண்டாட்டங்களும் நிறைந்த நகரம். அவன் மேல் காணப்படும் மலைசிகரம் என்பது

பற்று அறுத்த தன்னை மறுக்கும் நிலை நிறைந்த மலைசிகரம். உலகை விட்டு விட்டு தான் அதில் ஏற முடியும் என்று அந்த மலையில் ஏறப்போகின்றவன் நன்கு அறிவான். எனவே உலகின் பரபரப்புகளும், போராட்டங்களும் அவனுக்கு உயிரோட்டம் அற்றவை ஆகி விடுகின்றன. அவற்றால் அவனை இனி கிழே இழுக்க முடியாது. தனிமையில் இருக்கும் அவன், துக்கத்தை சுவைத்து அதன் சாராம்சத்தை உணர்வான். இரக்கமற்ற தன்மை, கொடூர குணம், காழ்ப்புணர்வு, வெறுப்பு ஆகியவை அவனிடமிருந்து நீங்கி செல்கின்றன. அவன் இதயம் மென்மையாக மாறுகின்றது. பின்பு அவனை முழுவதுமாக தழுவி ஈர்த்துக் கொள்ளப் போகும் தெய்வீக பேர் இரக்கத்தின் பெருநிழல் இப்பொழுது அவன் மேல் விரிகின்றது. அவனுக்கு உள்ளுணர்வு ஊட்டுகின்றது. அவன் கேட்கும் தெய்வீக பேர் இரக்கத்தின் மெல்லிய இசையால் அவன் உள்ளம் மலர்கின்றது. ஒவ்வொரு உயிரின் போராட்டங்களையும் துன்பங்களையும் உணரத் தொடங்குவான். அவன் இந்தப் பாடத்தைப் படிபடியாக கற்றவாறே மற்றவர்கள் மேல் அமைதியாக அவன் செலுத்துகின்ற பேரன்பால் அவன் மறந்திருக்கும் அவனது சொந்த துக்கம் அவனை விட்டு மறைந்து விடும்.

சுவர்கத்தின் நுழைவாயில்

தனிநபர்களின், தேசங்களின் தலைவிதியை மறைவாக இருந்து இயக்கும் விதிகள் எவ்வாறு நிர்ணயம் செய்கின்றன என்று அவ்விதிகளின் இயங்குமுறையை இங்கே அவன் புரிந்துக் கொள்கிறான். அவனுள் இருந்த கீழ்நிலையான போட்டி மனப்பான்மையையும் சுயநல வேட்கையையும் அவன் கைவிட்டு மேல் எழுந்துள்ளதால் அந்த கீழ்நிலைகளில் சிக்கி இருக்கும் மற்றவர்களின் நிலையை, உலகத்தின் நிலையை அவனால் அமைதியாக உற்று நோக்க முடியும். அந்தச் சுயநல வேட்கை இயங்கும் தளத்தின் விதிகள் செயல்படும் விதத்தை ஆராயவும் புரிந்து கொள்ளவும், உலகின் துன்பங்களுக்கு எல்லாம் எப்படி சுயநலமே அடிமுதல் காரணமாக இருக்கின்றது என்பதையும் அவன் விளங்கிக் கொள்ள முடிகிறது.

மற்றவர்களின் மீதும் உலகத்தின் மீதும் அவன் கொண்டிருக்கும் மனப்பான்மை இப்போது முழுவதுமாக மாற்றத்துக்கு உள்ளாகி இருக்கின்றது. தன்னை எப்போதும் தற்காத்துக் கொள்ளல், தனக்கான ஆதாயம் போன்றவைகள் அவன் மனதில் ஆக்ரமித்துக் கொண்டிருந்த இடத்தை இப்போது அன்பும் பேரிரக்கமும் கைபற்றத் தொடங்கி விட்டன. இதன் காரணமாக

சே.அருணாசலம்

உலகமும் தன் அணுகுமுறையை அவனுக்கு ஏற்றவாறு மாற்றிக் கொள்கின்றது.

இப்போது அவன் மற்றவர்களுடன் போட்டியிடுவதன் முட்டாள்தனத்தை உணர்கிறான். மற்றவர்களைக் கீழே விழுக வைத்து தான் முந்திச் சென்று சிறந்தவற்றை பெற்றுக் கொள்ள அவன் விரும்புவது இல்லை. மற்றவர்கள் முன்னேற விரும்புகிறான். சுயநலமற்ற எண்ணங்களை எண்ணுகிறான். தேவைப்பட்டால் அன்பான செயல்களையும் செய்து ஊக்கப்படுத்துகிறான். இந்த எண்ணங்களையும் செயல்களையும் அவனை போட்டியாக கருதி அவனது முன்னேற்றத்தை தடுக்க நினைப்பவர்களிடமும் தன்னை தற்காத்துக் கொள்ளாமல் பாகுபாடின்றி வழங்குகிறான்.

இதன் நேரடி விளைவாக, அவன் உலக வாழ்வில் ஈடுபட்டுள்ள பணிகள், வேலைகள் அல்லது தொழில் சாரந்த விஷயங்கள் முன்பு எப்போதும் இருந்ததை விட செழிப்பாகவும் வளமாகவும் மாறத் துவங்கும். முதலில் அவனை எள்ளி நகையாடிய நண்பர்கள் இப்போது அவனை மதிக்கத் தொடங்குவார்கள். அவன் சந்திக்கும் மனிதர்களின் குணங்கள் தனித்துவமாக இவ்வுலகை சாராதவையாக மிக உயர்ந்த விதமாக இருப்பதாக

சுவர்கத்தின் நுழைவாயில்

உணர்ந்து வியப்படைகிறான். அவன் சுயநல தளத்தில் வாழ்ந்து கொண்டிருந்த போது இத்தகைய மனிதர்களும் இருக்க கூடும் என்ற எண்ணக்கூடிய அறிவு கூட அவனிடம் இருந்தது இல்லை. உலகின் பல பாகங்களிலிருந்தும் தொலை தூரங்களில் இருந்தும் இத்தகைய மனிதர்களின் தொடர்பு ஏற்பட்டு அவர்கள் இவனுக்கு துணைநிற்பார்கள். இவனும் அவர்களது தேவைக்கு துணைநிற்க, ஒருவருக்கு ஒருவர் உதவிக் கொள்வார்கள். ஆன்மீக ஈடுபாட்டில் துணை வருபவர்களும் அன்பான சகோதரத்துவமும் அவன் வாழ்வின் அங்கமாகிவிடும். துக்கம், தனிமை என்னும் நிலப்பரப்பை அவன் இவ்வாறு கடந்து செல்கிறான்.

சுயநல வேட்கை இயங்கும் கீழ் தளத்தின் விதிகள் இனி அவன் வாழ்வில் செயல்பட முடியாமல் போகும். அந்த விதிகளின் விளைவுகளாக வரும் தோல்வி, இடர்பாடுகள், ஆதரவு இழந்த நிலை போன்றவைகள் அவன் வாழ்வில் நுழைந்து எந்த இடத்தையும் இனி பிடித்துக் கொள்ள முடியாது. அவனுள் இயங்கி கொண்டிருந்த கீழ்நிலை சுயநல எண்ணங்களை அவன் கைவிட்டு மேல் எழுந்தது மட்டுமே இதற்கு காரணமல்ல. அவன் அவ்வாறு எழுந்த போது சில வகையான மன

ஆற்றல்களையும் தன்னுள் வளர்த்துக் கொண்டதனால் அவன் ஈடுபட்டுக் கொண்டிருக்கும் பல்வேறு செயல்கள், பணிகள், நடவடிக்கைகள், அலுவல்கள் ஒவ்வொன்றையும் அவனால் திறமையாக கையாள முடிவதும் இதற்கு காரணம்.

இவ்வளவு தூரத்தை அவன் கடந்து வந்திருக்கிறான் என்ற போதும், இலக்கு இருக்கும் தூரத்தோடு ஒப்பிடுகையில் அவன் இது வரை கடந்து வந்துள்ள தூரம் ஒன்றும் பெரிதல்ல. அவன் இடைவிடாது தன்னை கண்காணித்து கொள்ள தவறினால், இருள் மிகுந்த சுயநல போராட்ட உலகிற்குள் எந்த நேரமும் சறுக்கி கிழே விழுந்து, அங்கு இறந்து கிடக்கும் ஆசைகளும் வெற்று கொண்டாட்டங்களும் மீண்டும் உயிர்த்து எழலாம். இது நீங்கலாக குறிப்பிட்டு சொல்லப்பட வேண்டிய இன்னொரு மிகப் பெரிய ஆபத்தை அவன் சந்திக்க வேண்டும். அந்த ஆபத்தின் பெயர் சந்தேகம். இந்தப் பாதையை அவன் கடந்து விடுவதை தடுக்க அவனுள் எழும் சந்தேக கேள்விகள் முயற்சி செய்யும்.

இரண்டாவது நுழைவாயில் அரண் என்பது அவன் தனது கருத்துக்கள் என்று எதையும் சொந்தம் கொண்டாடாமல் அவற்றை ஒப்படைக்கும்

நுழைவாயில் ஆகும். இந்த நுழைவாயிலை அடைவதற்கு முன் அல்லது அடைவது என்று கூட வேண்டாம், அதை பற்றி எதுவும் தெரிந்து கொள்ள வேண்டும் என்றால் கூட, அவன் ஆன்மா, சந்தேக மேகங்கள் தவழ்கின்ற ஒரு கடினமான பாலைவனத்தை கடந்தாக வேண்டும். எது சரி எது தவறு என்று முடிவெடுக்க முடியாமல் அவன் மனம் சோர்ந்து, வருந்தி இந்த பாலைவனத்தில் அலைந்து திரிவான். தனிமையில் விடப்பட்டு இருக்கும் அவன், செல்ல வேண்டிய வழியை தெளிவாக காணவிடாமல் தடுக்க சந்தேக மேகங்கள் அவனை சூழ்ந்து அவன் பார்வையை மறைக்கும்.

ஒரு புதிய இனங்கண்டு கொள்ள முடியாத பயம் கூட அவனை இங்கே ஆட்கொள்ளலாம். தான் பயணிக்கும் இந்தப் பாதை சரியானது தானா என்னும் கேள்வி அவனுள் எழும். உலக வாழ்வின் இன்பங்கள் தங்களை மிக அழகாக அலங்கரித்துக் கொண்டு அவன் மனக்கண் முன் நடனமாடி செல்லும். மூழ்கி கொண்டிருக்கும் உலக வாழ்வு போராட்டங்கள் மீது மீண்டும் அவனுக்கு ஆசை ஏற்படும்.

சே.அருணாசலம்

நான் சரியான பாதையை தான் தேர்ந்து எடுத்து இருக்கின்றேனா? இதில் பயணிப்பதால் என்ன பயன்? வாழ்வு என்பது விறுவிறுப்பான இன்பங்களும், கொண்டாட்டங்களும், போராட்டங்களும் நிறைந்தது தானே, இவற்றை எல்லாம் கைவிடுவதால் நான் வாழ்வையே கைவிடுகிறேனா? வாழ்வின் சாரமான நிஜங்களை துறந்து நிழலை தேடி ஓடுகின்றேனா? என்னை சுற்றி இருப்பவர்கள் எல்லாம் புலன்களின் அடிப்படையில் வாழ்ந்து இன்பங்களை அனுபவித்து மகிழ்கிறார்களே நான் மட்டுமே முட்டாளா?

இது போன்ற மிக இருண்ட சந்தேகங்களும் கேள்விகளும் எழுவதால் அவனுள் குழப்பங்களும் இச்சைகளின் தூண்டுதல்களும் ஏற்படுகின்றது. வாழ்வின் நுட்பமான இந்த கேள்விகளுக்கு விடை காண அவன் இன்னும் ஆழமான தேடலில் ஈடுபட வேண்டி உள்ளது. காலா காலமும் மாறாத நிலையான நிரந்தரமான ஒரு அறநெறி கொள்கை கோட்பாடின் தேவையை உணர்கிறான். அந்த அறநெறிகளின் அடிப்படையில் அவனால் உறுதியாக நிற்க முடியும். மாறும் இந்த உலகில் மாறாத அடைக்கலத்தை அவனால் பெற முடியும்.

சுவர்கத்தின் நுழைவாயில்

இந்த இருண்ட பாலைவனத்தில் திக்கு திசை தெரியாமல் உலாவிக் கொண்டிருப்பான். அவனது மனம் விளங்கி கொள்வதற்கு கடினமான மிக நுட்பமான மாயைகளை, அறிவின் உச்சமாக வெளிப்படும் பலவித மாயைகளை மேலும் மேலும் அவனுக்கு ஏற்படுத்திக் கொண்டே இருக்கும். அவன் கொண்டுள்ள இலக்கோடு மாறுபடுகின்ற இந்த மாயைகளை ஒப்பிட்டு

உண்மை எது? பொய் எது?

நிஜம் எது? நிழல் எது?

விளைவு எது? காரணம் எது?

மாறாத அறநெறி எது? மாறுகின்ற தோற்றம் எது?

என்று அடையாளம் காண அவன் கற்று கொள்வான்.

சந்தேகம் என்னும் இந்த பாலைவனத்தில் கானல் நீராகத் தோன்றும் எல்லா வகையான வடிவங்களையும் எதிர் கொள்வான். இக்கானல்நீர் வடிவங்கள் ஓசை, சுவை, நுகர்தல், காட்சி, தொடுதல் என்று ஐம்புலன்களோடு மட்டும்

சே.அருணாசலம்

தொடர்புடையவை அல்ல. அவனது பல்வேறு கருத்துக்களுடனும் எண்ணங்களுடனும் சமயம் சார்பான உணரச்சிகளுடனும் தொடர்புடையவை. இந்த மாயைகளைப் பரிசோதித்து, எதிர்கொண்டு இறுதியாக வீழ்த்துவதால் உள்ளுணர்வால் கண்டறியும் திறம், ஆன்மீக வெளிப்பாடுகளை உணர்ந்து கொள்வது, குறிக்கோளில் உறுதி சாந்தமான மனம் போன்ற உயர் ஆற்றல்களை அவன் வளர்த்துக் கொண்டு அவற்றைப் பயன்படுத்தி எண்ணம் சார்ந்த அக உலகிலும் சரி, பொருள் சார்ந்த புற உலகிலும் சரி, எந்த குழப்பமும் இன்றி உண்மையைப் பொய்யிலிருந்து வேறுபடுத்திக் காண்பான்.

தன் உள் உறையும் சுயநலம், ஆணவம், அகம்பாவம் போன்றவற்றுக்கு எதிராக அவன் தொடுத்து இருக்கும் புனிதப் போரில் அவன் பெற்றுள்ள இவ்வாற்றல்களை ஆயுதங்களாகப் பயன்படுத்த கற்று அறியும் போது, அவன் சந்தேகம் என்னும் பாலைவனத்தை வெற்றிகரமாக கடந்து வெளியேறுவான். மூடுபனியாகவும் கானல் நீராகவும் அவன் பாதையில் குறுக்கிட்டுக் கொண்டிருந்த மாயைகள் இனி மறையும். இரண்டாவது நுழைவாயில் அவன் கண்களுக்கு தென்படும். கருத்துக்கள் சரண் அடைய வேண்டிய நுழைவாயில் அது. அவன் சொந்தம் கொண்டாடும்

சுவர்கத்தின் நுழைவாயில்

அபிமான கருத்துக்களை ஒப்படைக்க வேண்டிய நுழைவாயில் அது.

அவன் அந்த இரண்டாவது நுழைவாயிலின் கதவருகே வரும் போது அவன் பயணித்து கொண்டிருக்கும் முழு பாதை அவன் கண் முன் விரியும். ஒரு கணம், அவன் அடைய நினைக்கும் இலக்கின் உயரத்தை நினைத்து மலைத்து நிற்பான். உயர் வாழ்வு என்னும் கோயில் கம்பீர பேரழகோடு உயர நிற்பதைக் காண்பான். அதை காணும் போதே, அதை அடையும் போது கிடைக்கும் ஆனந்தமும் நிம்மதியும் அதை அடைவதற்கு வேண்டிய பேராவலும் வலிமையும் அவனுள் உருவாகும். அவனது இறுதி வெற்றி உறுதி செய்யப்பட்டு விட்டது என்று அறிந்து கொள்வான்.

தன்னை தான் ஆள்வது என்னும் பாதையில் இப்போது அடி எடுத்து வைக்கிறான். அவன் கடந்து வந்த பாதையிலிருந்து இது வேறுப்பட்டது. அவன் இதுவரை தன்னுடைய கீழ்நிலை இச்சைகளை, ஆசைகளை இனம்கண்டு அவற்றை சீரமைப்பதும், நேர்வழிப்படுத்துவதும், அவற்றில் இருந்து மீள்வதுமாக இருந்தான். ஆனால் இனி அவன் தனது புத்தி கூர்மையை, அறிவை சீரமைத்து

சே.அருணாசலம்

நேர்வழிப்படுத்திக் கொள்ள வேண்டும். இது வரையிலும் தன் உணர்ச்சிகளை இலக்கை அடையும் வண்ணம் சரிசெய்து கொண்டிருந்தான். இனி அவன் தன் எண்ணங்களை இலக்கை அடையும் வண்ணம் சரிசெய்து மாற்றி அமைத்துக் கொள்ள வேண்டும். இப்போது முதல் முறையாக மாற்ற முடியாத அழிக்க முடியாத அறநெறி என்றால் என்ன என்று உணர்கிறான்.

அவன் தேடிக் கொண்டிருக்கும் அறநெறி என்பது என்றும் நிலையானது, மாறாதது என்று காண்கிறான். அது மனிதனுக்கு வளைந்து கொடுக்காது. மனிதன் தான் அதை தேடி வந்து அதற்கு கீழ் படிய வேண்டும். கீழ்படிதல் என்றால் நேர்வழியில் இருந்து பிறழாமல் இருப்பது. இலாப,நஷ்டங்களை கருத்தில் கொள்ளாமல் அதை ஏற்று பின்பற்றுவது, தீங்கான ஆசைகள், தன் அபிமான கருத்தை புகுத்த துடிக்கும் துடிப்பு, சுயநலம் ஆகியவை உள்ளடங்கிய தான் என்ற அகம்பாவ நிலையைத் துறந்து இருப்பது. எவர் மீதும் பழி கூறாத பேரன்பை, எல்லா மனிதர்களிடமும் உயிர்களிடமும் பொழிகின்ற வாழ்வை வாழ்வதாகும். இத்தகைய வாழ்வே எந்த சான்றும் வழங்க தேவையற்ற, மாற்றத்துக்கு உள்ளாகாத, நிலையான பெருவாழ்வு. அறநெறிகள் கடைபிடிக்கப்பட வேண்டும், பாவங்கள் அறவே

சுவர்கத்தின் நுழைவாயில்

நீங்க வேண்டும் என்பவை இவ்வாழ்வின் கட்டளைகள். சுயநலம் மிகுந்த உலக வாழ்விற்கு நேர் எதிரிடையான வாழ்வாகும்.

தேடலில் ஈடுபட்டுள்ள சாதகன் இதைப் புரிந்து கொள்கிறான். பலவகையான கீழ்நிலை இச்சைகளாலும் ஆசைகளாலும் மனித இனம் அடிமை விலங்கு இடப்பட்டு அலைகழிக்கப்படுகின்ற நிலையில் இவன் அவற்றிலிருந்து தன்னை விடுவித்துக் கொண்டுள்ளது மெச்சத் தகுந்தது என்றாலும், தனது அபிமான கருத்து என்ற ஒன்றில் உரிமை கொண்டாடி தன்னை மற்றொரு விலங்கில் பிணைத்துக் கொண்டுள்ளான். வெகு சிலர் மட்டுமே அடைய எண்ணுகிற பரிசுத்த தன்மையை இவன் அடைந்து இருந்தாலும் இவன் மேல் கறைகள் இல்லாமல் இல்லை. அந்த கறைகளைக் கழுவி அகற்றுவதும் எளிதானது அல்ல. அவன் தனது கருத்துகளின் மேல் கொண்டுள்ள அபிமானமே அந்த கறைகள். தனது கருத்துக்களே தான் தேடிக் கொண்டிருந்த பேருண்மை என்று குழம்பி நிற்கிறான்.

சே. அருணாசலம்

அவன் போராட்ட வாழ்விலிருந்து இன்னும் விடுபடவில்லை. மேல் தளத்தில் இயங்கிச் செயல்படும் எண்ணங்களை கட்டுப்படுத்தி தண்டிக்கும் விதிகளின் கட்டுப்பாட்டின் கீழ் இருக்கிறான். தான் எப்போதும் சரி அல்லது தனது கருத்து எப்போதும் சரி, மற்றவர்கள் தவறு என்று நம்புகிறான். தனது கருத்துடன் மாறுபடுகின்றவர்களை பாரத்து எள்ளி நகையாடி போலியான பரிதாபத்தைக் காட்டுமளவு அவன் தாழ்ந்த நிலைக்குச் சென்றுள்ளான். ஆனால் இப்போது, அவனை அடிமைப் படுத்தி வைத்து இருந்த நுட்பமான இந்த சுயநலத்தின் வடிவை இனம் கண்டு தெளிந்துள்ளான். அந்த சுயநலத்தின் விளைவாகவே பல துன்பங்கள் அவனைத் தொடர்ந்ததை இப்போது உணர்கிறான். விலைமதிப்பிட முடியாத இந்த ஆன்மீக ஞானத்தை அவன் பெறும் போது இரண்டாவது நுழைவாயிலை கடக்கும் நிலையை அடைகிறான், பணிவு மனப்பான்மையோடு தலையை தாழ்த்தி இரண்டாவது நுழைவாயிலின் வழியே தன் இறுதி நிலை நிம்மதியை நாடிச் செல்கிறான்.

இப்போது, பணிவு என்னும் நிறமற்ற ஆடையை அவன் தன் ஆன்மாவிற்கு அணிவிக்கிறான். அவன் இவ்வளவு காலமும் தன்னுடையது என்று போற்றி பாதுகாத்து வந்த கருத்துக்கள் ஒவ்வொன்றையும்

சுவர்கத்தின் நுழைவாயில்

வேரோடு பறித்து எறிய தன் எல்லா ஆற்றல்களையும் பயன்படுத்துகிறான்.

என்றும் மாறாத பேருண்மை என்பது ஒன்று, அந்த பேருண்மை பற்றி மாறும் தன்மை கொண்ட தனது கருத்தும் மற்றவர்களது கருத்துகளும் வேறொன்று என்ற தெளிவு அவனுக்கு இப்போது பிறக்கின்றது.

நன்மை, மனமாசின்மை, கருனை, அன்பு ஆகியவை பற்றி தான் கொண்டிருக்கும் கருத்துக்கள் வேறு, அவற்றின் உண்மை தன்மை வேறு என்று உணர்கிறான். எனவே அவன் அந்த அறநெறிகளின் தன்மையில் நிற்க வேண்டுமே அன்றி அவை பற்றி தான் கொண்டிருக்கும் கருத்தின் அடிப்படையில் நிற்க கூடாது என்று முடிவு செய்கிறான். இத்தனை காலம் தனது கருத்துக்களை மிக உயர்வாக மதித்தான். மற்றவர்களது கருத்துக்களுக்கு எந்த மதிப்பும் அளிக்கவில்லை. ஆனால், இப்போதிருந்து அவன் தன் கருத்தே உயர்ந்து நிற்க வேண்டும், அவனது கருத்தை மற்றவர்களது கருத்து வீழ்த்தி விடக் கூடாது என்று அவன் எந்த தற்காப்பு முயற்சியும் செய்வது இல்லை. கருத்துக்களுக்கு அவன் முக்கியத்துவம் வழங்குவதை நிறுத்திக் கொள்கிறான்.

சே.அருணாசலம்

அவன் கொண்ட இந்த மனப்பாங்கின் விளைவாக எந்த வித கீழான ஆசைகளோ தன்னை பற்றிய நுட்பமான புகழ்ச்சிகளையோ புக விடாமல் நன்மையை கடைபிடிப்பது ஒன்றில் மட்டுமே அவன் தனது புகலிடத்தை அமைத்துக் கொள்கிறான். மனமாசின்மை, மெய்யறிவு, பேரிரக்கம், அன்பு என்னும் நிலையான அறநெறிகளின் அடிப்படையில் நிற்கிறான். அவற்றின் சாரம்சம் அவன் மனதில் ஒன்றோடு ஒன்றாக கலந்து அவன் வாழ்வில் வெளிப்படுகிறது.

கிறிஸ்து போதித்த நன்னெறிகளால் (உலக வாழ்வில் திளைத்துள்ளவர்களால் விளங்கி கொள்ள முடியாத ஒன்றாக உள்ள) உருவான ஆடையை இப்போது அணிகிறான். அவன் தெய்வீக தன்மைகளை தினம் தினம் பெற்றவாறு இருக்கிறான். ஆசைகள் எவ்வளவு இருண்ட தன்மை உடையவை என்று விளங்கி கொள்கிறான். தத்துவங்களை அலசி நிலைநிறுத்துவதன் ஆராவாரமான வெற்றுத் தன்மையை அறிகிறான். மாந்திரீக ஆன்மீகத்திற்கு நடைமுறை வாழ்வின் புனிதமானவைகளோடு எவ்வித தொடர்பும் இல்லை என்று உணர்ந்துக் கொள்கிறான். இவற்றை எல்லாம் அறியாமல் இருந்த அவனது முந்தைய

சுவர்கத்தின் நுழைவாயில்

அறியாமை தான், அவன் உண்மையைக் காண்பதை, முன்னேறுவதை திரையாக இருந்து தடுத்துக் கொண்டிருந்தததையும் புரிந்துக் கொள்கிறான்.

அவன் கொண்டிருந்த ஆராவாரமான கருத்துக்களை, அபிமானமான கருத்துக்களை எல்லாம் ஒன்றன் பின் ஒன்றாக தன்னிடமிருந்து நீக்கிக் கொள்கிறான். எல்லா உயிர்களிடத்தும் தெய்வீக அன்போடு வாழ்கிறான். கருத்துக்களைச் சொந்தம் கொண்டாடாமல் சுமையாக கருதி அவன் கைவிட கைவிட அவனது உள்இருப்பின் பாரம் குறைகின்றது. சுதந்திரக் காற்றாக இருப்பதன் பொருளை அவன் விளங்கிக் கொள்கிறான்.

பெருமகிழ்ச்சி, ஆனந்தம், நிம்மதி என்னும் தெய்வீக மலர்கள் அவன் இதயத்தில் அப்போது உடனே பூத்துக் குலுங்கும். அவன் வாழ்வு ஒரு பேரானந்த பாடலாக மாறும். அவனது இதயத்தில் தவழ்கின்ற மெல்லிசைக்கு ஏற்ப அவனது புற உலக வாழ்வு இனிமையாக இசைந்து செல்லும்.

சே.அருணாசலம்

எந்த சுயநல வேட்கையும் இன்றி கவனமாக அக்கரையோடு அவனது கடமைகளில் செயல்படுகிறான். அவன் நல்வாழ்விற்கு தேவையான அனைத்தும் எந்த வித வலியோ பதட்டமோ குழப்பமோ அச்சமோ இன்றி அவனை நாடி வருகின்றன. சுயநல வேட்கையைக் கட்டுப்படுத்தித் தண்டிக்க இயங்கும் விதிகள் செயல்படும் தளத்தின் எல்லையை அவன் ஏறக்குறைய முழுமையாக கடந்து விட்டான். பேரன்பின் விதிகள் தான் அவன் வாழ்வை இனி வழி நடத்தி செல்லும். அவனது உலக வாழ்வின் செயல்பாட்டிற்கு வேண்டிய அனைத்தும் அவன் க(ஷ்)ட்டபடவோ போராடவோ வேண்டிய தேவை இன்றி சீராக நடைப் பெறுகின்றன.

பொருள் சார்ந்த வணிக உலகின் போட்டி விதிகளை அவன் கைவிட்டு நீண்ட காலமாகி விட்டது. எனவே அவனது பொருள் சாரந்த விஷயங்களிலும் அவ்விதிகள் செயல்படாமல் ஒதுங்கியே இருக்கின்றன. இப்பொழுது அவனது உணர்வுநிலை இன்னும் பரந்த நிலையை எய்தி விட்டது. மனத்தூய்மை, மெய்யறிவு என்னும் உயர்நிலையில் இருந்து உலகத்தையும், மனித இனத்தையும் நோக்குகிறான். எல்லா மனிதர் வாழ்விலும் இயற்கை நியதி தடம் புரளாமல் செயல்படுவதை கவனித்து உணர்கிறான்.

சுவர்கத்தின் நுழைவாயில்

அவன் இந்தப் பாதையில் தொடர்ந்து பயணிப்பதால் பல்வேறு உயர்ந்த மன ஆற்றல்களை அவன் பெற்றவாறு இருக்கிறான். இகழ்வாரையும் தாங்கும் பொறுமை, மன ஒருமை, தன்னை தற்காத்துக் கொள்ளாமை, உள்ளுணர்வால் அறிதல் போன்றவைகள் தான் அந்த உயர் ஆற்றல்கள். உள்ளுணர்வால் அறிதல் என்றால் பின்னர் வரக் கூடியதை வருவதற்கு முன்பே கணித்து சொல்லக் கூடிய ஆற்றல் என்று கொள்ளக் கூடாது. மனித வாழ்வையும், ஏன் எல்லா உயிர்களின் வாழ்வையும் ஆட்டிவைத்து செயல்படுகின்ற காரணங்களை அந்த காரணங்கள் ஏற்படுத்துகின்ற விளைவுகள் குறித்த அறிவாகும்.

இவ்வுயர் ஆற்றல்கள் அவனுள் வளரும் போது அவனது எண்ண உலகில் செயல்படும் கடுமையான விதிகளில் இருந்தும் மேல் எழுந்து விலக்கு பெற்று விடுகிறான். அதன் விளைவாக வன்முறையோ, வாட்டமோ, துக்கமோ, அவமானமோ, மனச்சோர்வோ எந்த வடிவத்திலும் அவன் வாழ்வில் இனி இடம் பெறாது.

சே.அருணாசலம்

இந்தப் பாதையில் அவன் தொடர்ந்து பயணிக்க இந்தப் பிரபஞ்சத்தின் மூலக் கூறாகவும் அடிநாதமாகவும் விளங்கும் என்றும் மாறாத அற நெறிகள் அவன் மனக்கண் முன் தெளிவாக விரியும். மேலும் மேலும் கட்டொழுங்குடன் காட்சி அளிக்கும். இனி அவனுக்கு எந்த கவலையும் இல்லை. எந்த தீங்கும் அவன் அருகில் வர முடியாது. நிலைத்த நிம்மதி அவன் வாழ்வில் விடியும்.

ஆனால், இன்னும் அவன் விடுபடவில்லை. அவன் பயணம் முடிந்து விடவில்லை. அவன் விரும்பும் காலம் வரையும் அவனால் இங்கே ஓய்வு எடுத்துக் கொள்ள முடியும். ஆனால், உடன் ஆகவோ அல்லது பின்போ, என்றைக்காவது, அவன் தன்னை தயார் படுத்திக் கொண்டு இறுதி முயற்சியில் இறங்கி இறுதி இலக்கான தான் என்று ஏதுமின்றி நிற்கும் நேர்மை வாழ்வை அவன் அடைய வேண்டும்.

சுயநல வேட்கையிலிருந்து பெருமளவு விடுபட்டு இருந்தாலும் இன்னும் முழுமையாக விடுபடவில்லை. மிக இறுக்கமாக பிடித்து கொண்டு இருக்கவில்லை என்றாலும் சிறிது மெதுவாக பிடித்து கொண்டு தான் இருக்கிறான். அவனது

சுவர்கத்தின் நுழைவாயில்

இருப்பின் ஆளுமையின் மீது, சுய உடைமைகளின் மீது அளவு கடந்த பற்று கொண்டு இருக்கிறான். இந்த சுயநல கூறுகளையும் தன்னிலிருந்து விலக்க வேண்டும் என்று இறுதியில் உணரும் போது,

தான் என்று எது இருந்தாலும் அவைகளை ஒப்படைத்து

தான் என்ற அகம்பாவம் சரணடையும் நுழைவாயிலான

மூன்றாவது நுழைவாயில் அரண் அவனுக்கு காட்சி அளிக்கிறது.

அவன் அடி எடுத்து வைத்திருக்கும் தளம் ஒரு இருண்ட பிரதேசமல்ல. தெய்வீக ஒளி வீசிக் கொண்டிருக்கும் இடமாகும். இந்த பூமிக்கு சொந்தம் இல்லாததாக, இந்த பூமியின் பிரமாண்டங்களுடன் ஒப்பிட முடியாததாக அந்த தெய்வீக போரொளி வெள்ளம் இருக்கும். அதை நோக்கி அவன் உறுதியாக அடி எடுத்து வைப்பான். சந்தேக மேகங்கள் கலைந்து சென்று விட்டன. தூண்டிவிடும் ஆசைகளின் குரலோசைகள் கீழ் இருக்கும் பள்ளத்தாக்கில் தொலைந்து விட்டன. என்னவென்று சொல்ல முடியாத ஆனந்த மகிழ்ச்சி

வெள்ளம் அவன் இதயத்தில் ததும்ப, நிமிர்ந்த நன்நடையோடு சுவர்கத்தின் கதவுகளை நெருங்கி விட்டான்.

அவன் அனுபவிப்பதற்கு உரிமை உண்டு என்பவைகளை மட்டும் வைத்துக் கொண்டு மற்ற எல்லாவற்றையும் துறந்து விட்டான். ஆனால் இப்போது அவன் உணர்கிறான் அவனுக்கு உரிமையானது என்று எதுவுமே இல்லை என்று. சுவர்கத்தின் கதவருகில் ஒரு கணம் திகைத்து நிற்கிறான். ”இன்னும் ஒன்று மீதம் இருக்கின்றது.உன்னிடம் இருக்கும் எல்லாவற்றையும் விற்று ஏழைகளுக்கு அளித்து விடு. உனக்கான செல்வம் சுவர்கத்தில் இருக்கின்றது” என்று ஒரு அசரிரியின் குரல் கட்டளையாக ஒலிப்பதை அவன் மீறவோ மறுக்கவோ முடியாது.

இந்த இறுதி நுழைவாயிலைக் கடந்து செல்லும் போது-எந்த ஆசையின் மீதும் பிடியோ, எந்த கருத்தின் மீதும் பற்றோ எந்த ஆணவ அகம்பாவமோ துளியுமில்லாமல் ஒளிவீசும் தெய்வீக பேரெழிலோடு கடந்துச் செல்கிறான். எந்த தீங்கையும் விளைவிக்காதவனாக, பொறுமையானவனாக, மென்மையானவனாக,

சுவர்கத்தின் நுழைவாயில்

பரிசுத்தமானவனாக இருக்கிறான். இறைவனது நன்மை ஆட்சி செய்கின்ற பிரதேசத்தை தேடி அடைந்து விட்டான்.

நன்மையின் ஆட்சி நிலவுகின்ற சுவர்கத்திற்கான இந்தப் பயணம் கடினமானதாக, மிக நீண்ட காலமாகவும் இருக்கலாம் அல்லது எளிதாக, மிக விரைவாக முடியக் கூடியதாகவும் இருக்கலாம். ஒரு நிமிடத்திலும் முடியலாம் அல்லது ஆயிரம் யுகங்களும் ஆகலாம். அது தேடலில் ஈடுபட்டு இருப்பவன் உளமார கொண்டிருக்கும் நம்பிக்கையைப் பொறுத்தே இருக்கின்றது. பெரும்பாலானவர்களால் நுழைய முடியாததற்கு காரணம் அவர்களது அவநம்பிக்கையே. நன்மையின் மீது நம்பிக்கை கொள்ளாத போது அதை எப்படி அவர்களால் அடைய முடியும்.

புற உலகத்தையும் அந்த புற உலக வாழ்வின் கடமைகளையும் கைவிட்டுத் தான் இந்த பயணத்தை தொடர முடியும் என்பது இல்லை. உண்மையில் இந்த புற உலக வாழ்வின் கடமைகளைச் சுயநலம் கருதாமல் செயல்படுத்துவதால் தான் அந்தப் பாதையை காணவே முடியும். சிலர் உண்மையின் மீது

சே.அருணாசலம்

கொண்டிருக்கும் நம்பிக்கை நெஞ்சை உருக்கும் அளவு உட்கலந்து இருக்கும். உண்மை அவர்களுக்கு வெளிப்படும் போது அவர்கள் கிட்டத்தட்ட உடனடியாகவே தங்களுடையது என்ற அனைத்தையும் உள்ளத்திலிருந்து அவர்களால் துறக்க முடியும். துறந்து தங்களின் தெய்வீக உரிமையைப் பெற்றுக் கொள்வார்கள்.

நம்பிக்கை கொண்டு ஆர்வத்துடன் இந்த பயணத்தை தொடர்பவர்கள் விரைவாகவோ அல்லது சிறிது காலம் தாழ்ந்தோ, வெற்றியை நிச்சயம் அடைவார்கள். ஆனால், அவர்கள் அதற்கு, தங்கள் உலக வாழ்வின் கடமைகளுக்கு இடையில் மயக்கம் கொள்ளாமல், இலக்கின் மீது கொண்டுள்ள பார்வையை இழக்காமல் தங்களது குறைகளைக் களைந்து எறிவதற்கு மாறாத உறுதியோடு முயற்சிக்க வேண்டும்.

4. அன்பின் ஆட்சி பிரதேசம் - வேண்டுவன யாவும் கிட்டும்

சுயநலம் ஆட்சி செய்கின்ற பிரதேசத்திலிருந்து அன்பு ஆட்சி செலுத்துகின்ற பிரதேசத்திற்கான இந்தப் பயணத்தின் சாரத்தை பின்வரும் வாரத்தைகளில் உள்ளடக்கிவிடலாம்;- வாழ்வை (நடத்தை பண்புகளை குண நலன்களை) ஒழுங்குமுறைப்படுத்திப் பரிசுத்தப்படுத்திக் கொள்வது இவ்வார்த்தைகளை ஒருவன் உளமார கடைபிடித்தால், அது அவன் உயர்நிலை எய்த நிச்சயம் வழிக்காட்டும். மனிதன், தன்னுள் இருக்கும் சில ஆற்றல்களைக் கட்டுப்படுத்தி ஆளும் போது, அவ்வகையான ஆற்றல்கள் செயல்படும் தளத்தில் இயங்குகின்ற விதிகள் குறித்து ஓர் அளவு அறிவு அவனுக்கு ஏற்படுகின்றது. காரணங்கள்-அதை தொடரும் விளைவுகள் என்று இடைவிடாமல் நிகழும் நிகழ்வினை தன்னுள் முதலில் உற்று நோக்குகிறான். அதைப் புரிந்து கொள்கிறான். காரணம்-விளைவு என்னும் இந்த விதி தன் ஓர் உயிருக்கு பொருந்துவதை போலவே முழு மனிதகுலத்திற்கும் அதற்கு தகுந்த முறையில் பொருந்துகிறது என்று உணர்கிறான்.

மேலும், மனித வாழ்வை கட்டுப்படுத்தி ஆளும் விதிகள் எல்லாம் மனித இதயத்தின் தேவைகளை நிறைவு செய்ய எழுந்தவையே என்று காண்கிறான். அந்த தேவைகளை அவன் சீரமைத்து கட்டொழுங்குப்படுத்தி கொள்ளும் போது அவனது மாறிய மனநிலையால் அவன் வேறொரு தளத்தில் இயங்கி செயல்படும் விதிகளின் கட்டுப்பாட்டிற்குள் நேரடியாக வந்து விடுகிறான். எனவே, ஒருவன் தனக்குள் கிளர்ந்து எழுந்து செயல்படும் சுயநல ஆசைகளுக்கு அடிமையாகாமல் அவற்றை வெல்லும் போது, அந்த சுயநல ஆசைகள் இயங்கும் தளத்தில் செயல்படும் விதிகளால் அவனை கட்டுப்படுத்தும் விதிகளை அவன் மீது விதிக்க முடியாது.

சுயநல ஆசைகளுக்கும் உந்துதல்களுக்கும் அடிமையாகாமல் அவற்றை வெல்வது என்பது மனதை எளிமை படுத்திக் தெளிவாக வைத்துக் கொள்வது ஆகும். கனன்று எரிந்து கொண்டிருக்கும் செம்பொன்னில் இருந்து களிம்பை அறுத்து பொன்னை மட்டும் வைத்து கொள்வது போல குண இயல்பிலிருந்து நற்குணங்களை மட்டும் வைத்துக் கொள்வது ஆகும். மனம் தெளிவடைவதற்கு முன்பு வரை, ஊகிக்க முடியாத அளவு குழப்பமாக காட்சியளித்த உலகம், மனம் தெளிவாகும் போது தெளிவாக காட்சி அளிக்க

ஆரம்பிக்கும். காலாகாலமும் மாறாத சில அறநெறிகள் என்னும் அடித்தளத்தின் மீது தான் இம்முழு பிரபஞ்சமும் நிற்கின்றது என்ற முடிவுக்கு அது இட்டு செல்லும். அந்த அறநெறிகளின் சாரம் ஒரு வார்த்தையில் உள்ளடங்கி இருக்கிறது. அந்த வார்த்தை அன்பு.

மனம் இவ்வாறு எளிமைபடுத்தப்படுத்தப்பட்ட பின், மனிதன் நிம்மதியை அனுபவிப்பான். இதுவரை பெயருக்கு வாழந்து கொண்டிருந்த நிலை மாறி உயிர்துடிப்போடு இனி வாழத் தொடங்குகிறான். அவன் முழுவதுமாக கைவிட்டு கடந்து வந்துள்ள சுயநலம் மிகுந்த பழைய வாழ்வை திரும்பி பார்க்கும் போது, அருவெறுக்கத் தக்க கனவில் இருந்து விழித்து கொண்டுள்ளதை உணர்கிறான். உளப்பூர்வமான அன்பின் பார்வையில் வெளிஉலகையும் மற்றவர்களையும் நோக்கும் போது, அவர்கள் இன்னும் அந்த கொடிய கனவின் பிடியில் சிக்கி உழன்று கொண்டிருப்பதைப் பார்க்கிறான். கடவுள் பெருங்கருணையோடு யாவருக்கும் போதிய அளவையும் மீறி அள்ளி கொடுத்துள்ள செல்வத்திற்காக மக்கள் சண்டையிட்டுக் கொண்டு, போராடிக் கொண்டு, துன்பப்பட்டுக் கொண்டு மடிவதை பார்க்கிறான். அவர்கள் மட்டும் தங்கள் பேராசை உணர்விலிருந்து

மீண்டால், மற்றவர்களுக்கு வலியையோ வேதனையையோ ஊட்டாமல், தங்களுக்கு வேண்டியதை எடுத்துக் கொள்ள இயலும் என எண்ணி அவர்களுக்காக அவன் இதயத்தில் இரக்கம் சுரக்கும். அதே வேளையில், மனிதகுலம் இந்த கொடிய கனவு நிலையிலிருந்து எப்படியும் இறுதியில் மீண்டு விடும் என்று அவனுக்கு தெரிவதால் அவன் மகிழச்சியும் கொள்கிறான்.

ஆரம்ப பயணங்களில் மனிதகுலத்தை விட்டுவிட்டு வெகு தூரம் செல்வதைப் போல் உணர்ந்தான். தனிமையில தவித்தான். ஆனால், பயண இலக்கை அடைந்த பின் இப்போது, முன் எப்போதையும் விட மனித குலத்திற்கு மிக அருகில் இருப்பதாக உணர்கிறான். மனிதகுலத்தின் இதயத்தின் மையத்திலயே வாழ்கிறான். மனிதக்குலம் படுகின்ற துன்பங்களுக்கு இரங்கி அதன் மீது இரக்கம் கொள்கிறான். அதன் மகிழ்ச்சியில் ஆனந்தித்து பங்கு கொள்கிறான். அவனுக்கு என்று எந்த சுயவிருப்பத்தையையும் தற்காத்துக் கொள்ளும் நிலையில் இல்லாததால் அவன் முழுவாழ்வுமே மனிதகுலத்தின் இதயத்தில் நிகழ்கிறது.

அவன் தனக்காக வாழாமல் பிறருக்காக வாழ்கிறான். அவ்வாறு வாழ்வதால், உயர்ந்த

சுவர்கத்தின் நுழைவாயில்

பேரானந்தத்தை ஆழ்ந்த பெருநிம்மதியை அனுபவிக்கின்றான்.

அவன் ஒரு காலத்திற்கு பேரிரக்கம், அன்பு, பேருவகை, உண்மை ஆகியவற்றைத் தேடிக் கொண்டிருந்தான். ஆனால் இப்போது பேரிரக்கம், அன்பு, பேருவகை, உண்மை ஆகியவை வெளிப்படும் வாயிலாக மாறிவிட்டான். அவனுக்கு இப்பொழுது தன்னை முன்னிலை படுத்திக்கொள்ள முயற்சிக்கும் குணங்கள் இல்லை என்றே கூற முடியும். அவனது சுயம் சார்ந்த எல்லா இயல்புகளும் தொலைந்து விட்டன. அறநிலை கோட்பாடுகளே அவனுள் தங்கி இப்பொழுது அவனது குணமாக, இயல்பாக வெளிப்பட்டு கொண்டு இருக்கின்றது.

தன்னை தற்காத்து கொள்ளுதலை அவன் நிறுத்திவிட்டான். எப்போதுமே இரக்கம், மெய்யறிவு, அன்பு சுரக்க வாழ்கிறான். ஆக உயர்ந்த விதியாக செயல்படும் விதிகள் அன்பு வழிநடத்தும் விதிகள். அன்பின் வழியது உயிர்நிலை. அவ்வன்பு விதிகளின் பாதுகாப்பு வளையத்திற்குள் வந்து விடுகிறான். அன்பின் விதிகள் என்ன என்று அவன் அறிவான். அவற்றை

உணர்வோடு பின்பற்றுவான். அவன் வேறு, அந்த விதியின் செயல்பாடு வேறு என்று தனி தனியாக பிரித்து பார்க்க முடியாதவாறு இருக்கிறான்.

"தான் என்ற எண்ணத்தை ஒருவன் கைவிடும் போது, பிரபஞ்சமே அவனுள் பிரவேசிக்கின்றது. "இரக்கம், மெய்யறிவு, அன்பு ஆகியவை ஒருவனது இயற்கை குணங்களாகிவிடும் போது அவனுக்கு அதை விட வேறு எந்த பாதுகாப்பும் தேவையில்லை. அவ்வறநெறிகளே மிக சிறந்த பாதுகாப்பு அரணாகச் செயல்படும். காரணம், அவை உண்மையானவை, தெய்வீகமானவை, ஆண்கள்,பெண்கள் எவரிடத்தும் என்றென்றும் நிரந்தரமானவை, பிரபஞ்ச ஒழுங்குமுறையின் மூலகூறாக இருப்பவை. என்ன மாற்றம் நிகழ்ந்தாலும் அவை என்றும் அழிக்க முடியாதவை.

எவனது இயல்பாக ஆனந்தம், மகிழ்ச்சி, நிம்மதி ஆகியவைகள் இருக்கின்றனவோ அவன் எந்த கொண்டாட்டத்தையும் நாடத் தேவையில்லை. மற்றவர்களுடன் போட்டியிடுவது என்று வரும் போது, எல்லோரையும் தன்னில் ஒருவனாகவே அவன் கருதி விரும்பும் போது யாரை அவன் போட்டியாக நினைப்பது? மற்றவர்களுக்காகத் தன்னை துறக்க தயாரான பின் அவன் யாருடன்

சுவர்கத்தின் நுழைவாயில்

போரிடுவது? பேரருள் சுரக்கும் ஊற்றின் அருகில் இருக்கும் அவன் யாருடைய கண்மூடித்தனமான, திசை திருப்பும், வலிமையற்ற சவால்களை எண்ணி அவன் பயப்பட வேண்டும்? வேண்டுவன யாவையும் கடவுள் அவனுக்கு வழங்கி கொண்டிருக்கும் போது அவன் யாருக்கு அஞ்ச வேண்டும்?

தன்னை(தன் அற்ப குண இயல்புகளை) தொலைத்து உள்ளதால் தன்னை(தன் தெய்வீகமான அன்பான குண இயல்புகளை) கண்டு கொண்டுள்ளான். அன்பாலும் அன்பின் விளைவுகளாலும் அவன் வாழ்வு இப்பொழுது இயைந்து செல்கிறது. அவன் இப்போது மகிழ்ச்சியுடன் பாடலாம்—

பெருங்கருணையுடன் நான் தொடர்பு ஏற்படுத்திக் கொண்டு உள்ளேன்.

முழுநிறைவான நீதி என்னும் ஆடையை நான் அணிந்து உள்ளேன்.

மாயைகள் அற்ற தளத்தில் நுழைந்து இருக்கிறேன்.

அலைந்து வாடிய காலம் முடிந்தது, இனி இளைப்பாறலாம்.

வலியும் வேதனையும் தீர்ந்து நிம்மதி நிலவுகின்றது.

குழப்பம் கரைந்து ஒருமைநிலை ஏற்பட்டுள்ளது.

பிழைகள் அழிக்கப்பட்டு உண்மை வெளிப்படுகிறது.

பேராற்றல் வாய்ந்த நன்மை அல்லது தெய்வீக அன்பே யாவற்றையும் ஒருங்கிணைத்து ஒத்து இசைக்க செய்யும் அறநெறி. சுயநலம், சுயவிருப்பங்கள் ஊடாக காணும் போது ஏற்படும் மாயைகள், காட்சிப் பிழைகள் எல்லாம் அந்த தெய்வீக அன்பை கண்டு உணர்ந்து விட்டால் நீங்கும். யாவற்றையும் உள்ளவாறே காண முடியும். ஒன்றும் ஒன்றும் ஒன்றுமே. உலகனைத்தும் ஒன்றுமே. தெய்வீக அன்பு என்ற விதியின் கட்டளையாகத் தான் உலகின் அனைத்து வித செயல்பாடுகளும் நிகழ்கின்றன.

இந்த நூலில் இதுவரையிலும் கீழ்த்தளத்தற்குள் இயங்கி செயல்படும் விதிகள், மேல்த்தளத்திற்குள் இயங்கி செயல்படும் விதிகள் என்று குறிப்பிடப்பட்டு இருந்தன. அவ்வாறு வேறு படுத்திக்காட்ட பட வேண்டிய தேவை இருந்தது. ஆனால் இப்போது சுவர்கம் அடையப்பட்டு விட்டது. மனித வாழ்வில் செயல்படும் விதிகள்

சுவர்கத்தின் நுழைவாயில்

எல்லாமே அந்தப் ஒரே தெய்வீக அன்பு என்ற அந்த ஒரு பேரன்பு விதியின் பல்வேறு வெளிப்பாடுகளே. மனிதகுலத்தின் துன்பங்களுக்கு இந்த விதியின் நேர்மையான செயல்பாடே காரணம். அது அனுபவிக்கும் துன்பத்தின் வலியால் தன்னை பரிசுத்தப்படுத்தி மெய்யறிவை வளர்த்துக் கொள்கின்றது. அந்த துன்பத்தின் மூலக்காரணமான சுயநலம் பின்பு ஒழிக்கப்படுகிறது.

இந்த பிரபஞ்சத்தை இயக்குகின்ற அடிப்படை விதி அன்பு தான். அன்பு என்ற அடித்தளத்தின் மீது தான் பிரபஞ்சமே அமைந்திருக்கின்றது. இவ்வாறு கூறுவதன் பொருள், எல்லா சுயநல வேட்கைகளும் அன்பு என்ற இந்த அடிப்படை விதிக்கு எதிரானவைகளே, அந்த விதியை மீறுவதற்கு அல்லது புறக்கணித்து செயல்படுவதற்கு மேற்கொள்ளப்படும் முயற்சிகளே. இந்த விதி செயல்படுவதன் காரணமாகவே ஒவ்வொரு சுயநல செயலும், சுயநல எண்ணமும் அவற்றுக்கே உரிய தண்டணையைப் பெற்று அனுபவிக்கின்றன. அந்த எண்ணங்களின், செயல்களின் பாதிப்புக்களை நீக்கி சரி செய்ய, பிரபஞ்ச ஒழுங்கை பேணி பாதுகாக்க இத்தண்டணைகள் நிறைவேற்றப்படுகின்றன. அன்பு தன் கட்டுப்பாட்டு விதிகளை சுயநலத்தின் மீதும் அறியாமையின் மீதும் விதிக்கின்றது. மெய்யறிவு

சே. அருணாசலம்

மலர்ந்து வெளிப்படுவதற்காகவே இத்தகைய கடுமையான வலி மிகுந்த கட்டுப்பாட்டு விதிகள் விதிக்கப்படுகின்றன.

சுயநல வேட்கைகளுக்கோ சுயநல போராட்டங்களுக்கோ சுவர்கத்தில் இடமில்லை. எனவே, அவற்றை கட்டுப்படுத்தும் விதிகளும் அங்கு இல்லை. துன்பங்களும் இல்லை. அங்கு எப்போதும் சமநிலை மாறாத அமைதியுடனான ஓய்வான இசைவான நிலை காணப்படும். சுவர்கத்திற்குள் நுழைந்தவர்கள் எந்த இழிநிலை உந்துதல்களையும் கடைபிடிக்க மாட்டார்கள். (கடைபிடிப்பதற்கு அப்படி எந்த இழிநிலை உந்துதல்களும் அவர்களிடம் இல்லை). மெய்யறிவின் வழிக்காட்டுதல்படி வாழ்கிறார்கள். அன்பு தான் அவர்களது இயற்கை குணம். யாவரிடத்தும் அன்போடு வாழ்கிறார்கள்.

அவர்கள் வாழ்வாதாரத்தை அமைத்து கொள்ள கவலைப்படுவது இல்லை. அவர்களைச் சுற்றி உள்ள வாழ்க்கை சூழலின் மையத்தில் அவர்கள் வாழ்வு செயல்படுகின்றது. பொருளாதாரத் தேவையோ வேறு ஏதேனும் தேவையோ நேர்ந்தால், அவர்கள் அதற்காக எந்த விதத்திலும்

சுவர்கத்தின் நுழைவாயில்

கட்டப்படவோ போராடவோ தேவையின்றி அவை தாமே அவர்களை வந்து அடையும்.

ஏதேனும் பணிகளை நிறைவேற்ற ஆணையோ பொறுப்போ அவர்களுக்கு வழங்கப்பட்டால், அதை செம்மையாக மேற்கொள்வதற்கு வேண்டிய நிதி ஆதாரமோ நண்பர்களின் உதவியோ உடனே அவர்களை நாடி வரும். அடிப்படை விதிகளை மீறாமல் இருப்பதால் வேண்டுவன யாவும் நியாயமான முறையில் அவர்களை வந்து அடைகின்றன. அவர்களுக்கு வேண்டிய பணமோ வேறு உதவிகளோ, அன்பின் ஆட்சிக்கு உட்பட்டவர்களிடம் இருந்து அவர்களுக்கு வரும் அல்லது அந்த அன்பின் ஆட்சிக்குள் வர முயற்சி செய்பவர்களிடம் இருந்தோ தான் எப்போதுமே அவர்களுக்கு வரும்.

சுயநலத்தால் ஆளப்படுபவர்கள் தங்கள் தேவைகளை மிக துன்பத்திற்கும் வேதனைக்கும் உள்ளாகியே பெறுவார்கள். ஆனால், அன்பால் ஆளப்படுபவர்களுக்கு வேண்டிய அனைத்தையும் அதன் ஆட்சியில் செயல்படும் விதிகளே வழங்கி விடும். அதை பெற்று கொள்ள அவர்கள் எந்த வகையிலும் கட்டப்பட வேண்டிய நிலை இருக்காது.

சே.அருணாசலம்

உள்ளத்தில் இருக்கும் மூலகாரணத்தைச் சரிசெய்து கொண்டுள்ளதால் அதன் விளைவாக மலர்கின்ற அகவாழ்வும் புறவாழ்வும் சரியாகவே இருக்கும். சுயநலமே துன்பத்திற்கும் வேதனைக்கும் மூலக்காரணம். அன்பே நிம்மதிக்கும் பேருவகைக்கும் மூலக்காரணம்.

அன்பின் ஆட்சிப் பிரதேசத்தில் வாழ்பவர்கள் மகிழ்ச்சியை புற உலக உடைமைகளில் தேட மாட்டார்கள். அவ்வுடைமைகள் தோன்றி மறையும் இயல்புடையவை. ஏதோ ஒரு நோக்கமோ செயலோ விஷயமோ நிறைவேற அவை தேவை என்னும் போது புற உலக உடைமைகள் தோன்றும். அவை பயன்படுத்தப்பட்டு அந்த செயல் முடிந்த பின் தாங்கள் வந்த நோக்கம் நிறைவடைந்தது என அவை மறைந்து விடும்.

புற உலக உடைமைகளை (உணவு, உடை, பணம், முதலியவைகளை) பற்றி அவர்கள் நினைத்து கூட பார்ப்பது இல்லை. உண்மை வாழ்வு என்னும் காரணத்தோடு ஒட்டிப் பிறந்த விளைவுகளே இப் புற உலக உடைமைகள், பயன்பாட்டுக்கான துணைப்பொருட்கள் என்ற அளவில் மட்டுமே அதற்கு மதிப்பளிப்பார்கள். எனவே, அவற்றை சார்ந்துள்ள எல்லா வித குழப்பங்கள்,

சுவர்கத்தின் நுழைவாயில்

அச்சங்களிலிருந்து விடுபட்டு அன்பில் இளைப்பாறுகிறார்கள். மகிழ்ச்சி அவர்கள் உடன் எப்போதும் இருக்கிறது.

மனமாசின்மை, பேரிரக்கம், மெய்யறிவு, அன்பு என்னும் அழிவில்லா அறநெறிகளின் மீது அவர்கள் நிற்கிறார்கள். அழிவில்லா அவ்வறநெறிகள் (பேராற்றல் வாய்ந்த நன்மை) கடவுளோடு ஒன்றுப்பட்டவை. கடவுளின் துணையோடு இருக்கிறார்கள் என்று அவர்களுக்கு தெரியும். வாழ்க்கை சூழ்நிலைகளை உள்ளவாறே காண்பதால் கண்டிப்பதற்கோ நிந்திப்பதற்கோ அவர்கள் வாழ்வில் இடமில்லை. பூமியில் நிகழும் எல்லா நிகழ்வுகளையும் (தீங்கான நிகழ்வுகள் என கூறப்படுவதையும் சேர்த்து) பேராற்றல் வாய்ந்த அந்த நன்மையின் கட்டளைகளை செயல்படுத்துகின்ற கருவியாகவே அவர்கள் பார்க்கிறார்கள்.

எல்லா மனிதர்களும் இயற்கையாகவே புனிதத்தன்மையும் தெய்வத்தன்மையும் நிறைந்தவர்களே. ஆனால் அவர்களது இயல்பான இந்த தெய்வத்தன்மை குறித்து உணராமல் இருக்கிறார்கள். அவர்களது எல்லா முயற்சிகளும்

செயல்களும் (அவற்றுள் பெரும்பங்கு வகிக்கும் இழிவான முயற்சிகளும் செயல்களும் உள்பட) உயர் நன்மையை உணர வேண்டும் என்ற ஆவலிலேயே நடைப்பெறுகின்றன. தீமை என்று கூறப்படும் எல்லாமே அறியாமையில் வேரூண்றி இருக்கின்றன. படுபாதக நயவஞ்சக செயல்கள் என்று முத்திரை குத்தப்பட்டு வர்ணிக்கப்படும் செயல்கள் கூட அறியாமையில் தான் வேரூண்றி இருக்கின்றன. எனவே கண்டனம் தேவையின்றி அன்பும், பேரிரக்கமுமே யாவுமாகின்றது.

அன்பின் ஆட்சி பிரதேசத்தில் வாழும் சுவர்கத்தின் குழந்தைகள் சுகபோக வசதிகளைப் பெற்று வாழ்வார்கள், உழைப்பில் கவனம் செலுத்த தேவையின்றி வாழ்வார்கள் என்று எண்ணக் கூடாது. உழைக்க வேண்டாம் என்னும் ஆசையும், சுகபோக வசதிகளைப் பெற்று வாழ வேண்டும் என்னும் ஆசையுமே சுவர்கத்திற்கான அந்த தேடல் துவங்கிய உடன் கைவிட வேண்டிய முதல் இரண்டு பாவங்கள் ஆகும். சுவர்கத்தின் குழந்தைகள் தங்கள் கடமைகள் எதுவோ அவற்றில் நிம்மதியாக ஈடுபடுகிறார்கள். இன்னும் சொன்னால், அவர்கள் தான் உண்மையிலயே வாழ்கிறார்கள். ஏன் என்றால், சுயநல வாழ்வை தொடரும் வருத்தங்களையும், கவலைகளையும்,

சுவர்கத்தின் நுழைவாயில்

அச்சங்களையும் கொண்ட வாழ்வை உண்மையான வாழ்வு என்று சொல்ல முடியாது.

தன்னைப் பற்றி எண்ணங்கள் ஏதுமின்றி, தங்களுடைய முழு திறமையையும் ஆற்றலையும் பயன்படுத்தி தங்களுக்கு வழங்கப்பட்டுள்ள வசதி வாய்ப்புகளை கொண்டு தங்களது எல்லா கடமைகளிலும் கவனமாக ஈடுபடுகிறார்கள். அவர்களுடைய திறனும், ஆற்றலும் இதனால் மேலும் வலிமையாகின்றன. நன்மையின் ஆட்சியை மற்றவர்களது இதயங்களிலும் அவர்களை சுற்றி உள்ள உலகிலும் நிலைநாட்டுகிறார்கள். நன்னெறி போதனைகளை தங்கள் வாழ்வில் வாழ்ந்தே பிறருக்கு எடுத்துக் காட்டுகிறார்கள். அது தான் அவர்களுடைய பணி.

தங்கள் உடைமைகளை எல்லாம் அவர்கள் விற்று அதனால் பெற்று இருக்கும் செல்வத்தை அவர்கள் ஏழைகளுக்கு வழங்குவார்கள்.(தங்கள் உடைமைகள் மீது இருக்கும் பற்றையும் விருப்பத்தையும் துறந்து உள்ளதால் அவர்கள் பெற்று இருக்கக் கூடிய ஆன்மீக செல்வங்களான மெய்யறிவு, அன்பு, நிம்மதி அவர்கள் பெட்டகத்தில் நிறைந்து இருக்கிறது. உள்ளம் உடைந்து மனம்

சே.அருணாசலம்

சோர்வாக இருக்கும் ஆன்மீக ஏழைகளுக்கு அதை வழங்குவார்கள்.)

அவர்களுக்கு துக்கம் என்பது இனி இல்லை. அவர்கள் எப்போதும் மகிழ்ச்சி சூழவே வாழ்வார்கள். உலகம் துன்பத்திற்கும் வேதனைக்கும் உள்ளாவதை அவர்கள் காணாமல் இல்லை. நிச்சயம் காண்பார்கள். ஆனால் அந்த துன்பத்தின் இறுதியில் காத்திருக்கும் ஆனந்தத்தையும் நிலைமாறாத அன்பின் அடைகலத்தையும் கூடவே சேர்த்துக் காண்பார்கள். அந்த அன்பின் அடைகலத்திற்கு எவர் வேண்டுமானாலும், தயாராக இருந்தால், இப்போதே வர முடியும். எல்லோரும் அவ்விடத்திற்கு இறுதியில் வந்தே ஆக வேண்டும்.

மரம் அதன் கனியால் அறியப்படுவது போல அன்பின் ஆட்சியில் இருக்கும் சுவர்கத்தின் குழந்தைகள் அவர்கள் வாழ்வால் அறியப்படுகிறார்கள். அன்பு, ஆனந்தம், நிம்மதி, பிறர் துன்பத்தில் பங்கேற்பது, கனிவு, நல் எண்ணம், நம்பிக்கை, தயவு, உறுதி, சுயக்கட்டுப்பாடு என்னும் ஆன்மீக கனிகள் அவர்கள் வாழ்வின் எல்லா சூழ்நிலைகளிலும் இக்கட்டான நேரங்களிலும் வெளிப்படுகின்றன.

சுவர்கத்தின் நுழைவாயில்

கோபம், பயம், சந்தேகம், பொறாமை, கட்டுப்பாடற்ற மனப்பாங்கு(சலனம் அல்லது சபல புத்தி), பதற்றம், குழப்பம், துக்கம் ஆகியவைகளிலிருந்து முற்றிலுமாக விடுப்பட்டு இருக்கிறார்கள். கடவுள் விரும்பும் நன்மைக்காக வாழ்கிறார்கள். அவர்களிடம் வெளிப்படும் குண இயல்புகள் உலகில் காணப்படும் குண இயல்புகளுக்கு நேர்எதிராக இருக்கின்றன. உலகால் அவை முட்டாள்தனமானதாக கருதப்படுகின்றன.

அவர்கள் எந்த உரிமையும் கேட்பது இல்லை. தங்களைத் தற்காத்துக் கொள்வதும் இல்லை. எந்த பதிலடிகளையும் கொடுப்பது இல்லை. தங்களுக்கு தீங்கு இழைக்க முயற்சி செய்பவர்களுக்கு நன்மையை செய்வார்கள். அவர்களை ஏற்று இயைந்து செயல்படுபவர்களுடன் மட்டும் அல்ல, அவர்களை ஏற்காமல் எதிர்த்து தாக்குதல் செய்பவர்களிடமும் ஒரே வித கனிவோடும், தயவோடும் இருப்பாரகள். யாரை பற்றியும் எந்த தீர்ப்பும் வழங்க மாட்டார்கள். எந்த மனிதனையோ அமைப்பையோ கண்டித்து பழி சுமத்த மாட்டார்கள். எல்லோரிடமும் நிம்மதி உடன் வாழ்வார்கள்.

சே.அருணாசலம்

முழுமையான நம்பிக்கை, மெய்யறிவு, நிம்மதி ஆகியவற்றால் சுவர்கம் உருவாகி இருக்கிறது. அங்கு எல்லாமே இசையும், இனிமையும் வீறமைதியும் (சலனமில்லா பேரமைதியும்) வாய்ந்தவை. வெறுப்புணர்வு, கோப கனல் மூட்டும் எண்ணங்கள், புண்படுத்தும் கொடிய வார்த்தைகள், சந்தேகங்கள், இச்சைகள் என குழப்பத்தை விளைவிக்கும் எந்த ஒன்றுமே சுவர்கத்திற்குள் நுழையவோ புகவோ முடியாது.

சுவர்கத்தின் குழந்தைகள் பெரிய இன்பம் பெற்று வாழ்வார்கள். மன்னிப்பார்கள், மன்னிக்கப்படுவார்கள். அன்பான எண்ணங்களாலும் வார்த்தைகளாலும் செயல்களாலும் மற்றவர்களுக்கு உதவுவார்கள். ஒவ்வொரு ஆணின், ஒவ்வொரு பெண்ணின் இதயத்திலும் இந்த சுவர்கம் நிலவுகிறது. அதில் வாழ்வது அவர்களது ஏக போக உரிமை. அது அவர்களுக்கே உரிய ஆட்சி. அங்கு இப்போதே நுழையலாம். ஆனால் எந்த பாவமும் அதன் உள் நுழைய முடியாது. தான் என்ற அகம்பாவத்துடன் கூடிய எண்ணமோ செயலோ அதன் பொற்கதவுகளைக் கடந்து வர முடியாது. ஒளிவீசும் அதன் மேல்அங்கியை களங்கம் நிறைந்த எந்த ஆசையும் கறைபடுத்த முடியாது.

சுவர்கத்தின் நுழைவாயில்

யாவரும் சுவர்கத்திற்குள் நுழையலாம். ஆனால், அதற்கு உரிய விலையைச் செலுத்த வேண்டும். "எந்த நிபந்தனையுமின்றி தன்னை மறுத்து இல்லாமல் இருக்கும் நிலை" என்பதே அந்த விலை.

"நீங்கள் நிறைவாக இருக்க வேண்டும் என்றால் உங்களிடம் இருக்கும் எல்லாவற்றையும் விற்று விடுங்கள்". ஆனால் இந்த வார்த்தைகளைக் கேட்டால் உலகம் தன் முகத்தை திருப்பிக் கொண்டு துக்கப்படுகிறது. காரணம், அது சேர்த்து குவித்து வைத்துள்ள செல்வம் அத்தகையது. - தன்னால் கையாள முடியாத அளவு பணத்தை அடுக்கி வைத்துள்ளது.

-விட்டு விட முடியாத அளவு அச்சத்தால் நிறைந்து இருக்கிறது

-தன்னை ஆராதிக்கும் பேராசை உணர்வில் திளைத்து இருக்கிறது.

-தப்பிக்க இயலாத பிரிவின் துக்கங்களை குவித்து வைத்துள்ளது.

-வெற்று கொண்டாட்டங்களைத் தேடுவதில் எல்லையின்றி இருக்கிறது.

-வலியையும் வேதனையையும் சுமப்பதில் கைதேர்ந்து இருக்கிறது.

-போராடி துன்பப்படுவதில் ஆற்றலுடன் இருக்கிறது.

-பரபரப்பில், தூற்றுவதில் திறமையாக இருக்கிறது. எவை எல்லாம் உண்மையான செல்வங்கள் இல்லையோ அவற்றை எல்லாம் செல்வமாக பெருமளவு சேர்த்து வைத்துள்ளது. சுவர்கத்திற்கு வெளியே தேடினாலும் கிடைக்காத உண்மையான செல்வங்களில் மட்டும் ஏழையாக இருக்கிறது. இருளுக்கும் இறப்பிற்கும் அழைத்து செல்பவற்றை பெற்று இருக்கிறது. ஆனால் வெளிச்சத்திற்கும் வாழ்விற்கும் அழைத்து செல்பவற்றை விட்டு இருக்கிறது.

எனவே, எவன் சுவர்க வாழ்வை மெய்பிக்க விரும்புகிறானோ அவன் அதன் விலையை அளித்து விட்டு உள்ளே நுழையட்டும். அவன் உள்கலந்திருக்கும் நம்பிக்கை புனிதமானதாக இருந்தால் இப்போதே அதை செய்ய முடியும். தான் இதுவரை பற்றிக் கொண்டிருந்த தான் என்ற ஆணவ, அகம்பாவ நிலைகளை ஆடையை

சுவர்கத்தின் நுழைவாயில்

களைவது போல களைந்து விடலாம். அவன் அந்த அளவு நம்பிக்கை பெற்று இருக்கவில்லை என்றால், தன் ஆணவ, அகம்பாவத்தை மறுத்து மறந்து துறக்கும் நிலையை அடைய மெதுவாக முயற்சிக்க வேண்டும். சுவர்கத்திற்கான அவனது தேடுதல் பயணத்தில் பொறுமையாக ஒவ்வொரு நாளும் ஈடுபட வேண்டும். நன்மை என்ற கோயிலின் நான்கு சுவர்களாக நான்கு அறநெறிகள் இருக்கின்றன. அவை மனமாசின்மை, மெய்யறிவு, பேரிரக்கம், அன்பு ஆகியவை ஆகும். நிம்மதியே அதன் மேற்கூரை. உறுதியே அதன் தரை. சுயநலமற்ற கடமையே அதன் நுழைவாயில். உயர்ந்த உள்ளுணர்வு மலர்வதே அதன் சூழ்நிலை. மகிழ்ச்சியும் ஆனந்தமுமே அதன் இசை.

நன்மை என்ற அந்த கோயிலை அசைக்க முடியாது. அது அழிவில்லாதது. என்றும் நிலையானது. அங்கே நாளையை குறித்து எந்த பாதுகாப்போ அச்சமோ கொள்ளத் தேவை இல்லை. சுவர்கத்தின் ஆட்சியை இதயத்தில் நிலைநாட்டினால் புற உலக வாழ்வின் தேவைகளை குறித்து எந்த எண்ணமும் ஏற்படாது. காரணம், ஆக உயர்ந்த ஒன்றை அடைந்த பின், காரணத்தை தொடரும் விளைவு போல மற்றவை எல்லாம் தாமே நாடி வரும். பிரபஞ்ச கருவூலத்திலிருந்து ஒவ்வொரு நாளும்

சே.அருணாசலம்

ஆன்மீக உள்ளத் தேடலின், மனதின், புற உலகின் தேவைகள் தங்கு தடையின்றி வந்த வண்ணம் இருக்கும்.

புனித ஆன்மாவின் வழிக்காட்டியே, உன்னை நெடுங்காலம் தேடினேன்,

ஆசானே, பணிவோடும் தாழ்மை உணர்வோடும்

மவுனமான துக்கத்தோடும் உன்னை தேடினேன்.

மனிதர்களின் தூற்றுதல்களால் வருத்தப்பட்டு உன்னை தேடினேன்.

உன் ஆறுதலை பெற

அதை நுகத்தடியாக சுமந்தேன்,

பாரமாக அழுத்திக் கொண்டிருந்த பலவீனத்தையும் துன்பத்தையும் அதில் வைத்து.

உன்னை காண முடியவில்லை

தோல்வி அடைந்தாலும் மீண்டும் மீண்டும் முயன்றேன்.

இளைப்பாற முடியாமல் துக்கத்துடன் குழப்பத்துடன் வாடினேன்

சுவர்கத்தின் நுழைவாயில்

உனது மகிழ்ச்சி எங்கோ காத்துக் கொண்டிருப்பதை நான் அறிவேன்;

கிழிந்த எனது இதயம் போன்று வாடும் எல்லா இதயங்களையும்

வரவேற்க உனது மகிழ்ச்சி எங்கோ காத்து கொண்டிருப்பதை நான் அறிவேன்.

பாவங்களையும் துக்கங்களையும் கடந்துவிட்டு,

உன்னை எப்படியும் கண்டு அடைவேன் என்று எனக்குத் தெரியும்,

இறுதியில் அன்பு என்னை ஆணையிட்டு அழைத்து சென்று

தெய்வீக இளைப்பாறுதலை அளிக்கும்.

தேடலில் ஈடுப்பட்டிருந்த என் ஆன்மாவை,

உனது கோயிலாக இருக்க வேண்டிய என் ஆன்மாவை,

வெறுப்புணர்வும், ஏளகனமும், அவமதிப்பும்

புண்படுத்தி கிழித்தன.

உன் கோயிலான என் ஆன்மாவில் நீ உலாவ வேண்டினேன்,

சே.அருணாசலம்

போராடினேன், நம்பிக்கையுடன் அழைத்தேன்

கீழே விழுந்து தவித்தேன், துன்புற்றேன்,

பாதாள நரகில் பார்வையின்றி உன்னை தேடினேன்.

உன்னை காணும் வரையில் உன்னை எங்கும் தேடினேன்,

உன்னை நான் கண்டேன்

உன்னை நான் கண்ட உடன்,

என்னை சிறைபடுத்திய தீய ஆற்றல்கள் எல்லாம் பறந்து ஓடின

உன் புனித நினைவில் நான் அமைதியாக நிம்மதியாக இருக்க,

அவை அருகே இருக்க முடியாமல் ஓடி விட்டன.

உன் மேல் சந்தேகம் கொள்ள நான் மறுத்த போது,

அவை என் உள் இருந்தும் வெளி இருந்தும்

விரைந்து தூரமாக ஓடி விட்டன.

ஒப்பற்ற ஆசானே,

கனவாக இருந்த உன்னை அடைந்து விட்டேன்.

சுவர்கத்தின் நுழைவாயில்

பேரழகான, பரிசுத்தமான தாழ்மையான

ஒப்பில்லாத உன் நிழலை அடைந்து விட்டேன்

அங்கே உன் ஆனந்தத்தையும் நிம்மதியையும் மகிழ்ச்சியையும் கண்டேன்.

இளைப்பாறுதல் வழங்கும் உன் வீட்டை கண்டேன்

அன்பிலும் தாழ்மை உணர்விலும் இருக்கும் உன் வலிமையை கண்டேன்

என் வலியும் வேதனையும் பலவீனங்களும் என்னை விட்டு அகன்று ஓடின,

பேரருள் பெற்ற பேர்கள் நடந்த பாதையில் நடக்கலானேன்.

சே.அருணாசலம்

அச்சு புத்தக விலை பட்டியல்

வ. எண்	ஜேம்ஸ் ஆலன் முதன்நூல்	தமிழ் மொழிபெயர்ப்பு நூல்	விலை ரூ
1	Man: King of Mind, Body and Circumstance	மனிதன்: மனம், உடல், சூழ்நிலையின் தலைவன்	125/-
2	Foundation Stones to Happiness and Success	மகிழ்ச்சிக்கும் வெற்றிக்குமான அடிதளம்	125/-
3	Out from the Heart	உள்ளத்திலிருந்தே வாழ்வு	125/-
4	Byways of Blessedness	அருள் பொழியும் நிழல் பாதைகள்	400/-
5	All These Things Added	வேண்டுவன யாவும் கிட்டும்	

சுவர்கத்தின் நுழைவாயில்

5.1	Entering the Kingdom	சுவர்கத்தின் நுழைவாயில்	180/-
5.2	The Heavenly Life	சுவர்க வாழ்வின் தன்மைகள்	
6	Above Life's Turmoil	வாழ்வின் கொந்தளிப்புகளை கடந்த உயர்நிலைகள்	250/-
7	Men and Systems	மனிதர்களும் அமைப்புகளும்	
8	Mastery of Destiny	விதியை நிர்ணயிக்கும் ஆற்றல்	
9	From Passion to Peace	உணர்ச்சிவேகம் முதல் நிம்மதி வரை	150/
10	Eight Pillars of Prosperity	வளமான வாழ்வைக் கட்டமைக்கும் எட்டு தூண்கள்	250/-
11	Through the Gate of Good or Christ and Conduct	நல்வாசலின் வழியே அல்லது கிறிஸ்துவும் நல்லொழுக்கமும்	150/-
12	Morning and Evening Thoughts	காலை மாலை சிந்தனைகள் (ஆங்கில மூலம்-தமிழ் மொழிபெயர்ப்பு)	200/-
13	Life Triumphant	வெற்றிகரமான வாழ்வு	220/-

	(Mastering the Heart and Mind)	(மனதையும் இதயத்தையும் பண்படுத்தி ஆளுதல்)	
14	Poems of Peace	நிம்மதியின் பாடல்கள்	250/-
15	The Shining Gateway	நேர்வழியின் சீரிய ஒளி	200/-
16	Light on Life's Difficulties	வாழ்வின் பிரச்சினைகள் மீதான ஒளிவீச்சு	
17	As a Man Thinketh	மனிதன், அவன் எண்ணங்களின் நிரலாக்கம்	
18.1	The Path to Prosperity	வளமான வாழ்விற்கு இட்டுச் செல்லும் பாதை	
18.2	The Way of Peace	நிம்மதியின் வழி	
19	Divine Companion	தெய்வீக உறுதுணை	
20	Meditations For Everyday of the year	தியானங்கள் ஆண்டின் ஒவ்வொரு நாளுக்கும்	

தொடர்புக்கு

வள்ளியம்மை பதிப்பகம்

மின்னஞ்சல்: arun2010g@gmail.com

வாட்ஸ் அப் எண்: 91-8939478478